ความเชื่อ:
ความแน่ใจในสิ่งที่หวังไว้

ดร.แจร็อก ลี

URIM
BOOKS

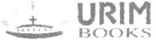

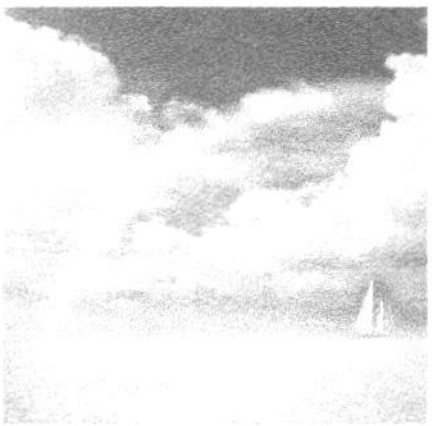

"บัดนี้ความเชื่อคือความแน่ใจในสิ่งที่เราหวังไว้ เป็นหลักฐานมั่นใจว่า
สิ่งที่ยังไม่ได้เห็นนั้นมีจริง โดยความเชื่อนี้เอง พวกบรรพบุรุษก็ได้รับการรับรอง
โดยความเชื่อนี้เอง เราจึงเข้าใจว่า พระเจ้าได้ทรงสร้างกัลปจักรวาลด้วยพระดำรัสของพระองค์
ดังนั้นสิ่งที่มองเห็นจึงเป็นสิ่งที่เกิดจากสิ่งที่ไม่ปรากฏให้เห็น"
(ฮีบรู 11:1, 6)

ความเชื่อ: ความแน่ใจในสิ่งที่หวังไว้ โดย ดร. แจร็อก ลี
จัดพิมพ์โดย อุริมบุคส์ (ตัวแทน: เจียมซน วิน)
235-3, คูโร-ด่อง 3, คูโร-กุ, โซล เกาหลีใต้
www.urimbook.com

ห้ามจัดพิมพ์หนังสือเล่มนี้หรือส่วนหนึ่งส่วนใดของหนังสือเล่มนี้ซ้ำ
หรือเก็บไว้ในระบบเพื่อนำกลับมาใช้
ใหม่ หรือถ่ายทอดด้วยรูปแบบอื่นใด
หรือโดยเครื่องมืออิเลกทรอนิกส์ เครื่องกล การถ่ายสำเนา การบันที
กหรือด้วยวิธีการหนึ่งใดเหล่านี้ โดยมิได้รับอนุญาตจากผู้จัดพิมพ์อย่
างเป็นลายลักษณ์อักษร

ข้ออ้างอิงพระคัมภีร์ที่ใช้ในหนังสือเล่มนี้นำมาจากพระคริสตธรรมคั
มภีร์ไทยฉบับ 1971จัดพิมพ์โดยสมาคมพระคริสตธรรมไทยและพระคั
มภีร์ภาษาไทยฉบับ KJV จัดพิมพ์โดย BibleGateway.com

สงวนลิขสิทธิ์ © 2009 โดย ดร.แจร็อก ลี

ISBN: 979-11-263-1356-3 03230
ได้รับอนุญาตให้แปลเป็นภาษาอังกฤษโดยดร.คุยัง ซุง
ได้รับอนุญาตให้แปลเป็นภาษาไทยโดยดร.ดานิเอล แสงวิชัย

ก่อนหน้านี้จัดพิมพ์เป็นภาษาเกาหลีโดยอุริมบุคส์ กรุงโซล
ประเทศเกาหลี ในปี 1990
จัดพิมพ์ครั้งแรกเมื่อมิถุนายน 2009

บทบรรณาธิการโดยดร.เจียมซน วิน
ออกแบบโดยแผนกบรรณาธิการของอุริมบุคส์
จัดพิมพ์โดย ....
ข้อมูลเพิ่มเติมโปรดติดต่อ urimbook@hotmail.com

ถ้อยแถลงเกี่ยวกับการจัดพิมพ์

"บัดนี้ความเชื่อคือความแน่ใจในสิ่งที่เราหวังไว้ เป็นหลักฐานมั่นใจว่าสิ่งที่ยังไม่ได้เห็นนั้นมีจริง โดยความเชื่อนี้เอง พวกบรรพบุรุษก็ได้รับการรับรองโดยความเชื่อนี้เอง เราจึงเข้าใจว่าพระเจ้าได้ทรงสร้างกัลปจักรวาลด้วยพระดำรัสของพระองค์ดังนั้นสิ่งที่มองเห็นจึงเป็นสิ่งที่เกิดจากสิ่งที่ไม่ปรากฏให้เห็น"(ฮีบรู 11:1-3)

เหนือสิ่งอื่นใด ผมขอบพระคุณและขอถวายเกียรติยศทั้งสิ้นแด่พระเจ้าพระบิดาผู้ทรงนำเราให้จัดพิมพ์หนังสือเล่มนี้ขึ้น

พระเจ้าผู้ทรงเป็นความรักได้ทรงส่งพระเยซูคริสต์พระบุตรองค์เดียวของพระองค์มาเป็นเครื่องบูชาไถ่บาปของมวลมนุษย์ที่ต้องพบกับความตายเนื่องจากบาปของตนนับตั้งแต่การไม่เชื่อฟังของอาดัมและพระองค์ได้ทรงจัดเตรียมหนทางแห่งความรอดไว้เพื่อเรา ด้วยความเชื่อความจริงข้อนี้ ใครก็ตามที่เปิดจิตใจของตนออกและต้อนรับเอาพระเยซูคริสต์เป็นพระผู้ช่วยให้รอดจะได้รับการยกโทษความผิดบาปของตน ได้รับของประทานแห่งพระวิญญาณบริสุทธิ์ และได้รับการยอมรับจากพระเจ้าเพื่อให้เป็นบุตรของพระองค์ ยิ่งกว่านั้น คนที่เป็นบุตรของพระเจ้ายังมีสิทธิ์ได้รับคำตอบต่อทุกสิ่งที่เขาทูลขอด้วยความเชื่อเช่นกัน ผลลัพธ์ก็คือบุตรของพระเจ้าจะได้รับชีวิตที่ครบบริบูรณ์โดยไม่ขาดแคลนสิ่งใดและเขาสามารถที่จะเอาชนะโลกได้

พระคัมภีร์บอกเราว่าเหล่าบิดาแห่งความเชื่อต่างก็เชื่อในฤทธิ์อำนาจของพระเจ้าผู้ทรงสามารถสร้างสรรพสิ่งขึ้นจากความว่างเปล่า คนเหล่านั้นมีประสบการณ์กับการทำงานอย่างมหัศจรรย์ของพระเจ้า พระเจ้าของเราทรงเป็นเหมือนเดิมวานนี้ วันนี้ และสืบไปเป็นนิตย์และด้วยฤทธิ์อำนาจอันยิ่งใหญ่ของพระองค์พระเจ้ายังทรงกระทำการดังเดิมเพื่อคนที่เชื่อและประพฤติตามพระคำของพระเจ้าที่บันทึกไว้ในพระคัมภีร์

ในการทำพันธกิจของผมในช่วงทศวรรษที่ผ่านมาผมเห็นสมาชิกคริสตจักรมันมินจำนวนนับไม่ถ้วนได้รับคำตอบและมีทางออกต่อปัญหาต่าง ๆ ที่เขาเคยประสบในชีวิตด้วยการเชื่อและเชื่อฟังพระคำแห่งความจริง คนเหล่านี้สามารถถวายเกียรติยศอันยิ่งใหญ่แด่พระเจ้า เมื่อเขาเชื่อพระคำของพระเจ้าที่กล่าวว่า “อาณาจักรแห่งสวรรค์ก็เป็นสิ่งที่คนได้แสวงหาด้วยใจร้อนรน และผู้ที่ใจร้อนรนก็เป็นผู้ที่ชิงเอาได้” (มัทธิว 11:12) และเมื่อเขาพากเพียร อธิษฐาน และประพฤติตามพระคำของพระเจ้าเพื่อให้ตนมีความเชื่อมากขึ้น คนเหล่านี้จึงมีคุณค่าและสง่างามมากกว่าสิ่งใด ๆ ในสายตาของผม

หนังสือเล่มนี้ถูกจัดพิมพ์ขึ้นเพื่อผู้คนที่ปรารถนาที่จะดำเนินชีวิตอย่างมีชัยชนะด้วยการมีความเชื่อที่แท้จริงเพื่อถวาย

เกียรติแด่พระเจ้า เผยแพร่ความรักของพระเจ้า และแบ่งปันพระกิตติคุณขององค์พระผู้เป็นเจ้า ตลอดสองทศวรรษที่ผ่านมาผมได้แบ่งปันคำเทศนามากมายในหัวข้อ "ความเชื่อ" และด้วยการคัดสรรและการเรียบเรียงแก้ไขคำเทศนาเหล่านั้นอย่างเป็นระบบระเบียบ หนังสือเล่มนี้จึงถูกจัดพิมพ์ขึ้น ผมปรารถนาให้หนังสือ "ความเชื่อ: ความหวังในสิ่งที่หวังไว้" เล่มนี้ทำหน้าที่เหมือนประภาคารที่จะชี้นำดวงวิญญาณจำนวนนับไม่ถ้วนไปสู่ความเชื่อที่แท้จริง

ลมใคร่พัดไปทางไหนมันก็พัดไปทางนั้นและเรามองไม่เห็นลมด้วยตาของเรา ถึงกระนั้นเมื่อเราเห็นใบไม้แกว่งไหวไปตามลม เราก็สามารถสัมผัสถึงความจริงของลม ในทำนองเดียวกันแม้ท่านไม่สามารถมองเห็นพระเจ้าด้วยตาของท่านเอง แต่พระเจ้าทรงพระชนม์อยู่และทรงดำรงอยู่อย่างแท้จริง เพราะเหตุนี้ท่านสามารถมองเห็นพระเจ้า ได้ยินพระสุรเสียงของพระองค์ สัมผัสกับการสถิตอยู่ด้วยของพระองค์ และมีประสบการณ์กับพระเจ้าในระดับที่ท่านต้องได้ตามความเชื่อที่ท่านมีในพระองค์

แจร็อก ลี

สารบัญ
ความเชื่อ: ความแน่ใจในสิ่งที่หวังไว้

ถ้อยแถลงเกี่ยวกับการจัดพิมพ์

บทที่ 1
ความเชื่อฝ่ายเนื้อหนังและความเชื่อฝ่ายวิญญาณ   1

บทที่ 2
ใจซึ่งปักอยู่กับเนื้อหนังก็เป็นศัตรูต่อพระเจ้า   13

บทที่ 3
จงทำลายความคิดและทฤษฎีทุกอย่าง   29

บทที่ 4
จงหว่านเมล็ดแห่งความเชื่อ   43

บทที่ 5
"ถ้าท่านเชื่อได้ ใครเชื่อก็ทำให้ได้ทุกสิ่ง"   57

บทที่ 6
ดาเนียลพึ่งพิงพระเจ้าแต่เพียงผู้เดียว   71

บทที่ 7
พระเจ้าทรงจัดเตรียมไว้ล่วงหน้า   85

บทที่ 1

ความเชื่อฝ่ายเนื้อหนังและความเชื่อฝ่ายวิญญาณ

บัดนี้ความเชื่อคือความแน่ใจในสิ่งที่เราหวังไว้ เป็นหลักฐานมั่นใจว่าสิ่งที่ยังไม่ได้เห็นนั้นมีจริง โดยความเชื่อนี้เอง พวกบรรพบุรุษก็ได้รับการรับรองโดยความเชื่อนี้เอง เราจึงเข้าใจว่า พระเจ้าได้ทรงสร้างกัลปจักรวาลด้วยพระดำรัสของพระองค์ดังนั้นสิ่งที่มองเห็นจึงเป็นสิ่งที่เกิดจากสิ่งที่ไม่ปรากฏให้เห็น

ฮีบรู 11:1-3

ศิษยาภิบาลมีความปีติยินดีเมื่อเห็นลูกแกะของเขามีความเชื่อที่แท้จริงและถวายเกียรติแด่พระเจ้าด้วยความเชื่อที่แท้จริงนั้น ในด้านหนึ่ง เมื่อลูกแกะบางคนเป็นพยานถึงพระเจ้าผู้ทรงพระชนม์อยู่และบอกเล่าถึงชีวิตของเขาในพระคริสต์ ศิษยาภิบาลจะชื่นชมยินดีและร้อนรนมากยิ่งขึ้นในการทำภารกิจที่พระเจ้าทรงมอบให้กับเขา แต่ในอีกด้านหนึ่ง เมื่อลูกแกะบางคนไม่ได้พัฒนาความเชื่อของตนและล้มลงไปในการทดลองและความทุกข์ยากลำบาก ศิษยาภิบาลต้องรู้สึกเจ็บปวดและทุกข์ใจ

ถ้าไม่มีความเชื่อท่านก็ไม่สามารถเป็นที่พอพระทัยพระเจ้าได้และคำอธิษฐานของท่านก็จะไม่ได้รับคำตอบ เป็นการยากที่ท่านจะมีความหวังสำหรับแผ่นดินสวรรค์และดำเนินชีวิตในความเชื่อที่ถูกต้องถ้าปราศจากความเชื่อ

ความเชื่อคือรากฐานที่สำคัญที่สุดในชีวิตของคริสเตียน ความเชื่อคือทางลัดไปสู่ความรอดและเป็นสิ่งที่จำเป็นในการได้รับคำตอบจากพระเจ้า ในยุคของเรา เนื่องจากผู้คนไม่รู้จักคำนิยามที่ถูกต้องของความเชื่อที่แท้จริง หลายคนจึงไม่มีความเชื่อแท้จริง คนเหล่านี้ไม่มีความมั่นใจในความรอด เขาไม่ได้เดินอยู่ในความสว่างและไม่ได้รับคำตอบจากพระเจ้าแม้ว่าเขาจะประกาศถึงความเชื่อของตนในพระเจ้าก็ตาม

ความเชื่อถูกแบ่งออกเป็นสองชนิด ได้แก่ ความเชื่อฝ่ายเนื้อหนังและความเชื่อฝ่ายวิญญาณ บทแรกจะอธิบายให้ทราบว่าความเชื่อแท้จริงคืออะไรและท่านจะได้รับคำตอบจากพระเจ้าและรับการชี้นำไปสู่หนทางแห่งชีวิตนิรันดร์ผ่านความเชื่อที่แท้จริงได้อย่างไร

ความเชื่อฝ่ายเนื้อหนัง

เมื่อท่านเชื่อสิ่งที่ท่านเห็นด้วยตาและสิ่งที่สอดคล้องกับความรู้และความคิดของท่าน ความเชื่อของท่านชนิดนี้คือ "ความเชื่อฝ่ายเนื้อหนัง" ด้วยความเชื่อฝ่ายเนื้อหนังท่านจะเชื่อเฉพาะในสิ่งที่ถูกสร้างจากบางสิ่งบางอย่างที่ประจักษ์แก่ตา ยกตัวอย่าง ด้วยความเชื่อชนิดนี้ท่านเชื่อว่าโต๊ะถูกสร้างมาจากไม้

ความเชื่อฝ่ายเนื้อหนังยังถูกเรียกว่า "ความเชื่อที่เป็นเพียงความรู้" ด้วยเช่นกัน ด้วยความเชื่อฝ่ายเนื้อหนังท่านจะเชื่อเฉพาะสิ่งที่สอดคล้องกับความรู้ที่ท่านสำสมไว้ในสมองและความคิดของท่าน ท่านอาจเชื่อโดยไม่สงสัยว่าโต๊ะตัวนี้ถูกสร้างมาจากไม้เพราะท่านเคยได้ยินหรือเคยเห็นว่าโต๊ะถูกสร้างมาจากไม้และมีความเข้าใจในเรื่องนี้

ผู้คนมีระบบความจำในสมองของตน เขาใส่ความรู้หลายชนิดเข้าไปในระบบความจำนี้มาตั้งแต่เกิด ผู้คนสำสมความรู้ที่เขาเห็น ได้ยิน ได้รับมาจากพ่อแม่ พี่น้อง เพื่อนฝูง เพื่อนบ้าน และครูบาอาจารย์จากโรงเรียนไว้ในระบบความจำนี้และนำความรู้ที่สำสมไว้นี้ออกมาใช้เมื่อยามจำเป็น

ไม่ใช่ความรู้ทุกอย่างที่ถูกสำสมไว้ในสมองของเขาจะเป็นความจริง พระคำของพระเจ้าเป็นความจริงเพราะพระคำของพระเจ้าดำรงอยู่เป็นนิตย์ในขณะที่ความรู้จากโลกนี้เปลี่ยนแปลงไปอย่างง่ายดายและเป็นการผสมผสานกันระหว่างความจริงกับความเท็จ เนื่องจากเขาขาดความเข้าใจในเรื่องความจริงอย่างครบถ้วน ผู้คนในโลกนี้จึงไม่รู้ว่าความเท็จถูกนำไปใช้อย่างผิด ๆ ราวกับว่าเป็นความจริง ยกตัวอย่าง ผู้คนในโลกเชื่อว่าทฤษฎีวิวั

ฒนาการเป็นสิ่งที่ถูกต้องเพราะเขาเรียนเฉพาะทฤษฎีนี้ในโรงเรียนโดยไม่รู้จักพระคำของพระเจ้า

ผู้คนที่ได้รับการสั่งสอนว่าสรรพสิ่งทั้งมวลถูกสร้างจากบางสิ่งบางอย่างที่ดำรงอยู่แล้วจะไม่เชื่อว่าสรรพสิ่งทั้งมวลถูกสร้างขึ้นจากความว่างเปล่า

ถ้าคนที่มีความเชื่อฝ่ายเนื้อหนังถูกบังคับให้เชื่อว่าบางสิ่งบางอย่างถูกสร้างขึ้นจากความว่างเปล่า ความรู้ที่เขาเคยสำสมไว้และสิ่งที่เขาเคยเชื่อว่าถูกมาตั้งแต่เกิดจะขัดขวางเขาไม่ให้เชื่อในสิ่งนั้นและความสงสัยของเขาจะเกิดขึ้นตามมาและเขาจะไม่เชื่อ

ในบทที่ 3 ของหนังสือยอห์นมีอาจารย์ชาวยิวคนหนึ่งชื่อนิโคเดมัสมาหาพระเยซูและแลกเปลี่ยนเรื่องราวฝ่ายวิญญาณกับพระองค์ ในช่วงการสนทนาพระเยซูทรงท้าทายเขาตรัสว่า "ถ้าเราบอกท่านถึงสิ่งฝ่ายโลกและท่านไม่เชื่อ ถ้าเราบอกท่านถึงสิ่งฝ่ายสวรรค์ ท่านจะเชื่อได้อย่างไร" (ข้อ 12)

เมื่อท่านเริ่มต้นชีวิตคริสเตียน ท่านได้สำสมความรู้เรื่องพระคำของพระเจ้าที่ท่านได้ยินเอาไว้ในจิตใจของท่าน แต่ท่านก็ไม่ได้เชื่ออย่างครบถ้วนตั้งแต่แรกและความเชื่อของท่านกลายเป็นความเชื่อฝ่ายเนื้อหนัง ด้วยความเชื่อฝ่ายเนื้อหนังนี้ความสงสัยจึงเกิดขึ้นในท่านและท่านไม่ได้ดำเนินชีวิตด้วยพระคำของพระเจ้า ขาดการสื่อสารกับพระองค์ และไม่ได้รับความรักจากพระเจ้า เพราะเหตุนี้ ความเชื่อฝ่ายเนื้อหนังจึงถูกเรียกว่า "ความเชื่อที่ปราศจากการประพฤติ" หรือ "ความเชื่อที่ตายแล้ว"

ด้วยความเชื่อฝ่ายเนื้อหนังท่านจะไม่ได้รับความรอด พระเยซูตรัสไว้ในมัทธิว 7:21 ว่า "มิใช่ทุกคนที่ร้องแก่เราว่า

'พระองค์เจ้าข้า พระองค์เจ้าข้า' จะได้เข้าในอาณาจักรแห่งสวรรค์ แต่ผู้ที่ปฏิบัติตามพระทัยพระบิดาของเราผู้ทรงสถิตในสวรรค์จึงจะเข้าได้" และในมัทธิว 3:12 ว่า "พระหัตถ์ของพระองค์ถือพลั่วพร้อมแล้ว และจะทรงชำระลานข้าวของพระองค์ให้ทั่ว พระองค์จะทรงเก็บข้าวของพระองค์ไว้ในยุ้งฉาง แต่พระองค์จะทรงเผาแกลบด้วยไฟที่ไม่รู้ดับ" โดยสรุป ถ้าท่านไม่ประพฤติตามพระคำของพระเจ้าและถ้าความเชื่อท่านเป็นความเชื่อไร้การประพฤติ ท่านจะไม่สามารถเข้าสู่แผ่นดินสวรรค์ได้

ความเชื่อฝ่ายวิญญาณ

เมื่อท่านเชื่อในสิ่งที่มองไม่เห็นและสิ่งที่ไม่สอดคล้องกับความคิดและความรู้ของมนุษย์ สิ่งนั้นถือว่าท่านมีความเชื่อฝ่ายวิญญาณ ด้วยความเชื่อฝ่ายวิญญาณนี้ท่านจะเชื่อว่าสรรพสิ่งทั้งปวงถูกสร้างขึ้นจากความว่างเปล่า

ฮีบรู 11:1 ให้คำนิยามของความเชื่อฝ่ายวิญญาณไว้ว่า "บัดนี้ ความเชื่อคือความแน่ใจในสิ่งที่เราหวังไว้ เป็นหลักฐานมั่นใจว่า สิ่งที่ยังไม่ได้เห็นนั้นมีจริง" นั่นหมายความว่าเมื่อท่านมองดูสิ่งต่าง ๆ ด้วยสายตาฝ่ายวิญญาณ สิ่งเหล่านั้นจะกลายเป็นความจริงสำหรับท่านและเมื่อท่านมองดูสิ่งที่มองไม่ปรากฏแก่ตาตัวเองด้วยสายตาแห่งความเชื่อ ความมั่นใจที่จะทำให้ท่านเชื่อจะถูกเปิดเผยออกมา ในความเชื่อฝ่ายวิญญาณ สิ่งที่เป็นไปไม่ได้สำหรับความเชื่อฝ่ายเนื้อหนัง (ซึ่งเป็น "ความเชื่อที่เป็นเพียงความรู้") จะเป็นไปได้และจะปรากฏเป็นความจริง

ยกตัวอย่าง เมื่อโมเสสมองสิ่งต่าง ๆ ด้วยสายตาแห่งความเชื่อ

ทะเลแดงก็ถูกแยกออกเป็นสองส่วนและคนอิสราเอลก็เดินข้ามทะเลแดงเหมือนเดินบนดินแห้ง (อพยพ 14:21-22) เมื่อโยชูวา (ซึ่งเป็นผู้นำต่อจากโมเสส) และประชาชนของท่านมองดูเมืองเยรีโคและเดินรอบเมืองนั้นเป็นเวลา 7 วันพร้อมกับส่งเสียงโห่ร้องใส่กำแพง เมืองเยรีโคก็พังทลายลง (โยชูวา 6:12-20) อับราฮัม (บิดาแห่งความเชื่อ) เชื่อฟังคำสั่งของพระเจ้าและถวายอิสอัคบุตรชายคนเดียวของท่านซึ่งเป็นเมล็ดแห่งพันธสัญญาของพระเจ้าเพราะท่านเชื่อว่าพระเจ้าทรงสามารถทำให้เขาเป็นขึ้นมาจากความตาย (ปฐมกาล 22:3-12) เพราะเหตุนี้ ความเชื่อฝ่ายวิญญาณจึงถูกเรียกว่า "ความเชื่อที่ประกอบด้วยการประพฤติ" และ "ความเชื่อที่มีชีวิต"

ฮีบรู 11:3 กล่าวว่า "โดยความเชื่อนี้เอง เราจึงเข้าใจว่า พระเจ้าได้ทรงสร้างกัลปจักรวาลด้วยพระดำรัสของพระองค์ ดังนั้นสิ่งที่มองเห็นจึงเป็นสิ่งที่เกิดจากสิ่งที่ไม่ปรากฏให้เห็น" ฟ้าสวรรค์และแผ่นดินโลกพร้อมกับสรรพสิ่งที่อยู่ในที่เหล่านั้นซึ่งรวมถึงดวงอาทิตย์ ดวงจันทร์ ดวงดาว ต้นไม้ นก ปลา และสัตว์ทั้งปวงล้วนเป็นสิ่งที่พระเจ้าทรงสร้างขึ้นและพระองค์ทรงสร้างมนุษย์จากผงคลีดิน สิ่งเหล่านี้ถูกสร้างจากความว่างเปล่า เราจะเชื่อและเข้าใจถึงความจริงนี้ได้ด้วยความเชื่อฝ่ายวิญญาณเท่านั้น

ไม่ใช่ทุกสิ่งที่ปรากฏแก่ตาของเราหรือเป็นความจริงที่เรามองเห็น แต่ด้วยฤทธิ์อำนาจของพระเจ้า นั่นคือด้วยพระคำของพระเจ้า สิ่งสารพัดจึงถูกสร้างขึ้น เพราะเหตุนี้เราจึงประกาศว่าพระเจ้าทรงยิ่งใหญ่และทรงรอบรู้สิ่งสารพัด เราได้รับทุกสิ่งที่เราทูลขอต่อพระองค์ด้วยความเชื่อ สาเหตุก็เพราะว่าพระเจ้าผู้ยิ่งใหญ่คือพระบิดาของเราและเราเป็นบุตรของพระอง

ค์ ดังนั้นพระองค์จึงทรงทำทุกสิ่งเพื่อเราเมื่อเราเชื่อ

เพื่อให้ได้รับคำตอบและมีประสบการณ์กับการอัศจรรย์ด้วยความเชื่อ ท่านต้องเปลี่ยนความเชื่อฝ่ายเนื้อหนังของท่านเป็นความเชื่อฝ่ายวิญญาณ อันดับแรก ท่านต้องเข้าใจว่าความรู้ที่ถูกสำสมไว้ในสมองของท่านมาตั้งแต่เกิดและความเชื่อฝ่ายเนื้อหนังที่ถูกสร้างขึ้นบนความรู้นั้นจะขัดขวางท่านไม่ให้มีความเชื่อฝ่ายวิญญาณ ท่านต้องทำลายความรู้ที่ทำให้เกิดความสงสัยและกำจัดความรู้ที่ถูกสำสมไว้อย่างไม่ถูกต้องในสมองของท่านทิ้งไป ท่านฟังและเข้าใจพระคำของพระเจ้ามากเท่าใด ความรู้เรื่องวิญญาณก็จะถูกสำสมไว้ในภายในท่านมากขึ้นเท่านั้น ยิ่งท่านเห็นหมายสำคัญและการอัศจรรย์โดยฤทธิ์อำนาจของพระเจ้าและมีประสบการณ์กับหลักฐานของพระเจ้าผู้ทรงพระชนม์อยู่ผ่านคำพยานของผู้เชื่อมากขึ้นเท่าใด ความสงสัยก็จะถูกกำจัดทิ้งไปและความเชื่อฝ่ายวิญญาณก็จะเติบโตมากขึ้นเท่านั้น

ยิ่งความเชื่อฝ่ายวิญญาณของท่านเติบโตมากขึ้นเท่าใด ท่านก็สามารถดำเนินชีวิตด้วยพระคำของพระเจ้า ติดต่อสื่อสารกับพระองค์ และได้รับคำตอบจากพระเจ้ามากขึ้นเท่านั้น เมื่อความสงสัยของท่านถูกกำจัดทิ้งไปอย่างหมดสิ้น ท่านก็สามารถยืนอยู่บนศิลาแห่งความเชื่อและมีความเชื่อที่เข้มแข็งซึ่งจะทำให้สามารถดำเนินชีวิตที่มีชัยชนะในความทุกข์ลำบากและการทดลองทุกรูปแบบ

ด้วยศิลาแห่งความเชื่อนี้ ยากอบ 1:6 เตือนเราว่า "แต่จงให้ผู้นั้นทูลขอด้วยความเชื่อ อย่าหวั่นไหวเลย เพราะว่าผู้ที่หวั่นไหวก็เป็นเหมือนคลื่นในทะเลซึ่งถูกลมพัดซัดไปมา" และยากอบ 2:14 ถามเราว่า "พี่น้องของข้าพเจ้า

แม้ผู้ใดจะว่าตนมีความเชื่อ แต่ไม่มีการกระทำ จะได้ประโยชน์อะไร ความเชื่อจะช่วยผู้นั้นให้รอดได้หรือ"

ด้วยเหตุนี้ ผมขอวิงวอนท่านให้จดจำไว้ว่าท่านจะมีความเชื่อฝ่ายวิญญาณและมีความที่แท้จริงซึ่งจะทำให้ท่านรอดได้ก็ต่อเมื่อท่านกำจัดความสงสัยทิ้งไป ยืนอยู่บนศิลาแห่งความเชื่อ และสำแดงการประพฤติแห่งความเชื่อเท่านั้น

ความเชื่อที่แท้จริงและชีวิตนิรันดร์

คำอุปมาเรื่องสาวพรหมจารีสิบคนที่บันทึกไว้ในมัทธิวบทที่ 25 ให้คำสอนหลายอย่างแก่เรา คำอุปมากล่าวว่าหญิงพรหมจารีสิบคนเอาตะเกียงของตนไปเพื่อรอรับเจ้าบ่าว หญิงพรหมจารีห้าคนเป็นคนฉลาดและเอาน้ำมันติดตัวไปด้วย คนเหล่านั้นจึงได้ต้อนรับเจ้าบ่าว แต่เนื่องจากหญิงพรหมจารีอีกห้าคนเป็นคนโง่และไม่ได้เอาน้ำมันไปด้วย เขาจึงไม่ได้พบกับเจ้าบ่าว คำอุปมานี้บอกให้เราทราบว่าในท่ามกลางผู้เชื่อ เฉพาะคนที่ดำเนินชีวิตในความเชื่ออย่างสัตย์ซื่อและเตรียมตัวให้พร้อมสำหรับการเสด็จกลับมาครั้งที่สองขององค์พระผู้เป็นเจ้าด้วยความเชื่อฝ่ายวิญญาณเท่านั้นที่จะรอด ส่วนผู้คนที่ไม่ได้เตรียมตัวให้พร้อมจะไม่รอดเพราะความเชื่อของเขาปราศจากการประพฤติและเป็นความเชื่อที่ตายแล้ว

จากมัทธิว 7:22-23 พระเยซูทรงเตือนให้เราระวังตัวว่าแม้หลายคนจะเผยพระวจนะ ขับผีออก และทำการอัศจรรย์ในพระนามขององค์พระองค์ แต่ไม่ใช่ทุกคนจะรอด สาเหตุก็เพราะว่าเขากลายเป็นเหมือนข้าวละมาน (แกลบ) ที่ไม่ได้ทำตามน้ำพระทัยของพระเจ้า แต่เขาประพฤติชั่วและทำบาป

เราจะแยกแยะระหว่างข้าวสาลีกับข้าวละมาน (แกลบ) ได้อย่างไร

พจนานุกรมฉบับ Compact Oxford English Dictionary กล่าวถึง "ข้าวละมาน" (แกลบ) ว่าเป็น "เปลือกของเมล็ดข้าวหรือเมล็ดอย่างอื่นที่ถูกแยกออกมาจากเมล็ดด้วยการสีข้าวหรือการนวดข้าว" ข้าวละมาน (แกลบ) ในฝ่ายวิญญาณเป็นสัญลักษณ์ของผู้เชื่อที่ดูเหมือนจะดำเนินชีวิตด้วยพระคำของพระเจ้าแต่เขาทำความชั่วโดยไม่เปลี่ยนแปลงจิตใจของตนด้วยความจริง คนเหล่านี้ไปโบสถ์ทุกวันอาทิตย์ ถวายสิบลด อธิษฐานต่อพระเจ้า ดูแลสมาชิกที่อ่อนแอ และรับใช้ในคริสตจักร แต่เขาไม่ได้ทำสิ่งเหล่านี้เพื่อพระเจ้า แต่เขาทำเพื่อโชว์ให้คนอื่นที่อยู่รอบข้างเขาได้เห็น เพราะเหตุนี้เขาจึงถูกจัดอยู่ในกลุ่มคนที่เป็นเหมือนข้าวละมาน (แกลบ) และไม่ได้รับความรอด

ข้าวสาลีหมายเล็งถึงผู้เชื่อที่เปลี่ยนเป็นมนุษย์ฝ่ายวิญญาณด้วยพระคำแห่งความจริงของพระเจ้าและเป็นคนที่มีความเชื่อซึ่งไม่หวั่นไหวไปตามสถานการณ์และไม่หันไปทางซ้ายหรือทางขวา คนเหล่านี้ทำทุกสิ่งทุกอย่างด้วยความเชื่อ เขาอดอาหารด้วยความเชื่อและอธิษฐานต่อพระเจ้าด้วยความเชื่อ เพื่อว่าเขาจะได้รับคำตอบจากพระเจ้า เขาไม่ได้ประพฤติตนเพราะถูกแรงกดดันจากคนอื่น แต่เขาทำทุกสิ่งทุกอย่างด้วยความชื่นชมยินดีและการขอบพระคุณ เนื่องจากเขาทำตามพระสุรเสียงของพระวิญญาณบริสุทธิ์เพื่อให้พระเจ้าพอพระทัยและทำด้วยความเชื่อ วิญญาณจิตของเขาจึงจำเริญขึ้น เขาจะจำเริญสุขทุกประการและจะมีพลานามัยสมบูรณ์

ตอนนี้ผมขอวิงวอนท่านให้สำรวจตนเองว่าท่านได้นมัสการพระเจ้าด้วยจิตวิญญาณและความจริงหรือไม่ หรือท่านนมัสการด้วยความง่วงเหงา มีความคิดล่องลอย และตัดสินพระคำของพระเจ้าในช่วงการประชุมนมัสการ ท่านต้องหันกลับไปดูเช่นกันว่าท่านได้ถวายทรัพย์ด้วยความชื่นบานหรือหว่านด้วยใจกว้างขวางหรืออย่างไม่เต็มใจเพราะเห็นแก่สายตาของคนอื่นหรือไม่ ยิ่งความเชื่อฝ่ายวิญญาณของท่านเติบโตมากขึ้นเท่าใด การประพฤติก็จะปรากฏขึ้นตามมามากขึ้นเท่านั้น ตราบใดที่ท่านประพฤติตามพระคำของพระเจ้า ท่านจะมีความเชื่อที่มีชีวิต ท่านจะอยู่ในความรักและพระพรของพระเจ้า เดินไปกับพระองค์และประสบความสำเร็จในทุกสิ่ง พระพรทั้งสิ้นที่บันทึกไว้ในพระคัมภีร์จะลงมาเหนือท่านเพราะพระเจ้าทรงสัตย์ซื่อต่อพระสัญญาของพระองค์เหมือนที่บันทึกไว้ในกันดารวิถี 23:19 ว่า "พระเจ้ามิใช่มนุษย์จึงมิได้มุสา และมิได้เป็นบุตรของมนุษย์จึงไม่ต้องกลับใจ ที่พระองค์ตรัสไปแล้วพระองค์ก็จะมิทรงกระทำตามหรือ ที่พระองค์ทรงลั่นวาจาแล้วจะไม่ทรงกระทำให้สำเร็จหรือ"

อย่างไรก็ตาม ถ้าท่านเข้าร่วมนมัสการและอธิษฐานอยู่เป็นประจำและรับใช้ในคริสตจักรอย่างขยันขันแข็ง แต่ความปรารถนาแห่งจิตใจของท่านกลับไม่ได้รับการตอบสนอง ถ้าท่านเช่นนั้นท่านต้องเข้าใจว่ามีบางสิ่งบางอย่างไม่ถูกต้องในส่วนของท่าน

ถ้าท่านมีความเชื่อที่แท้จริงท่านต้องประพฤติตามพระคำของพระเจ้า แทนที่จะยืนกรานอยู่กับความคิดและความรู้ของตนเอง ท่านต้องยอมรับว่าพระคำของพระเจ้าเท่านั้นที่เป็นความจริงและมีความกล้าที่จะทำลายสิ่งใดก็ตามที่ขัดแย้งกับพระคำของพระเ

จ้า ท่านต้องละทิ้งความชั่วร้ายทุกรูปแบบด้วยการฟังพระคำของพระเจ้าอย่างขยันหมั่นเพียรและได้รับการชำระให้บริสุทธิ์ผ่านการอธิษฐานอย่างไม่หยุดยั้ง

ท่านไม่ได้รอดเพียงเพราะท่านเข้าร่วมนมัสการในคริสตจักร ฟังพระคำของพระเจ้า และสำสมพระคำไว้เป็นเพียงความรู้ ถ้าความเชื่อของท่านไม่มีการประพฤติความเชื่อนั้นก็เป็นความเชื่อที่ตายแล้ว ท่านจะเข้าสู่แผ่นดินสวรรค์และมีชีวิตนิรันดร์ได้ก็ต่อเมื่อท่านมีความเชื่อที่แท้จริงฝ่ายวิญญาณและทำตามน้ำพระทัยของพระเจ้าเท่านั้น

ขอให้ท่านรู้ว่าพระเจ้าทรงต้องการให้ท่านมีความเชื่อฝ่ายวิญญาณที่ประกอบด้วยการประพฤติและขอให้ท่านมีชีวิตนิรันดร์และสิทธิของการเป็นบุตรของพระเจ้าด้วยความเชื่อที่แท้จริง

บทที่ 2

ใจซึ่งปักอยู่กับเนื้อหนังก็เป็นศัตรูต่อพระเจ้า

"เพราะว่า คนทั้งหลายที่อยู่ฝ่ายเนื้อหนังก็ปักใจในสิ่งของต่างๆซึ่งเป็นของเนื้อหนัง แต่คนทั้งหลายที่อยู่ฝ่ายพระวิญญาณก็ปักใจในสิ่งของต่างๆซึ่งเป็นของพระวิญญาณ ด้วยว่าซึ่งปักใจอยู่กับเนื้อหนังก็คือความตาย และซึ่งปักใจอยู่กับพระวิญญาณก็คือชีวิตและสันติสุข เหตุว่าใจซึ่งปักอยู่กับเนื้อหนังนั้นก็เป็นศัตรูต่อพระเจ้า เพราะหาได้อยู่ใต้บังคับพระราชบัญญัติของพระเจ้าไม่ และที่จริงจะอยู่ใต้บังคับพระราชบัญญัตินั้นไม่ได้ เพราะฉะนั้นคนทั้งหลายที่อยู่ฝ่ายเนื้อหนังจะเป็นที่ชอบพระทัยพระเจ้าก็หามิได้"

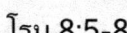

โรม 8:5-8

ทุกวันนี้มีผู้คนมากมายที่เข้าร่วมในคริสตจักรและประกาศถึงความเชื่อของตนในพระเยซูคริสต์ นี่คือข่าวดีและข่าวแห่งความสุขสำหรับเราทั้งหลาย แต่พระเยซูองค์พระผู้เป็นเจ้าของเราตรัสไว้ในมัทธิว 7:21 ว่า "มิใช่ทุกคนที่ร้องแก่เราว่า 'พระองค์เจ้าข้า พระองค์เจ้าข้า' จะได้เข้าในอาณาจักรแห่งสวรรค์ แต่ผู้ที่ปฏิบัติตามพระทัยพระบิดาของเราผู้ทรงสถิตในสวรรค์จึงจะเข้าได้" และพระองค์ตรัสไว้เพิ่มเติมในมัทธิว 7:22-23 ว่า "เมื่อถึงวันนั้นจะมีคนเป็นอันมากร้องแก่เราว่า 'พระองค์เจ้าข้า พระองค์เจ้าข้า ข้าพระองค์ได้พยากรณ์ในพระนามของพระองค์ และได้ขับผีออกในพระนามของพระองค์ และได้กระทำการมหัศจรรย์เป็นอันมากในพระนามของพระองค์มิใช่หรือ' เมื่อนั้นเราจะแจ้งแก่เขาว่า 'เราไม่เคยรู้จักเจ้าเลย เจ้าผู้กระทำความชั่วช้า จงไปเสียให้พ้นจากเรา'"

และยากอบ 2:26 บอกเราว่า "เพราะกายที่ปราศจากจิตวิญญาณนั้นตายแล้วฉันใด ความเชื่อที่ปราศจากการกระทำก็ตายแล้วฉันนั้นเช่นเดียวกัน" เพราะเหตุนี้ ท่านต้องทำให้ความเชื่อของท่านสมบูรณ์ด้วยความประพฤติแห่งการเชื่อฟังเพื่อท่านจะได้รับการยอมรับว่าเป็นบุตรที่แท้จริงของพระเจ้าผู้ได้รับทุกสิ่งที่ท่านทูลขอ

หลังจากเราต้อนรับเอาพระเยซูคริสต์เป็นพระผู้ช่วยให้รอดเราก็ชื่นชมยินดีและรับใช้กฎบัญญัติของพระเจ้าด้วยความคิดของเรา แต่ถ้าเราไม่ได้รักษากฎบัญญัติของพระเจ้าเราก็รับใช้กฎบัญญัติของบาปด้วยเนื้อหนังของเราและเราไม่ได้ทำให้พระเจ้าพอพระทัย สาเหตุก็เพราะว่าเราอยู่ในฐานะที่เป็นศัตรูของพระเจ้าด้วยความคิดฝ่ายเนื้อหนังของเราและเราไม่ได้อยู่ภายใต้กฎบัญญัติของพระเจ้า

แต่ถ้าเราละทิ้งความคิดฝ่ายเนื้อหนังและทำตามความคิดฝ่าย

วิญญาณเราก็จะได้รับการทรงนำด้วยพระวิญญาณของพระเจ้ารักษาพระบัญญัติของพระองค์ และทำให้พระเจ้าพอพระทัยเหมือนที่พระเยซูทรงทำให้พระบัญญัติสำเร็จด้วยความรัก ดังนั้นเราจึงได้รับพระสัญญาของพระเจ้าที่กล่าวว่า “ทุกสิ่งเป็นไปได้สำหรับทุกคนที่เชื่อ”

ตอนนี้ขอให้เราเจาะลึกลงไปว่าอะไรคือความแตกต่างระหว่างความคิดฝ่ายเนื้อหนังและความคิดฝ่ายวิญญาณ ขอให้เราศึกษาดูว่าเพราะเหตุใดความคิดฝ่ายเนื้อหนังจึงเป็นศัตรูกับพระเจ้าและเราจะหลีกเลี่ยงความคิดฝ่ายเนื้อหนังและเดินตามพระวิญญาณเพื่อทำให้พระองค์พอพระทัยได้อย่างไร

มนุษย์ฝ่ายเนื้อหนังคิดถึงความปรารถนาฝ่ายเนื้อหนังในขณะที่มนุษย์ฝ่ายวิญญาณปรารถนาสิ่งที่เป็นของพระวิญญาณ

1) เนื้อหนังและความปรารถนาของเนื้อหนัง

ในพระคัมภีร์เราพบศัพท์คำต่าง ๆ เช่น คำว่า “เนื้อหนัง” “สิ่งที่อยู่ฝ่ายเนื้อหนัง” “ความปรารถนาของเนื้อหนัง” และ “การงานของเนื้อหนัง” เป็นต้น คำเหล่านี้มีความหมายคล้ายคลึงกันและสิ่งเหล่านี้จะเน่าเปื่อยและสูญสิ้นไปหลังจากที่เราจากโลกนี้ไป

ความประพฤติ/การงานของเนื้อหนังถูกบันทึกไว้ในกาลาเทีย 5:19-21 “แล้วการงานของเนื้อหนังนั้นเห็นได้ชัด คือการเล่นชู้ การล่วงประเวณี การโสโครก การลามก การนับถือรูปเคารพ การนับถือพ่อมดหมอผี การเป็นศัตรูกัน การวิวาทกัน การอิจฉาริษยากัน การโกรธกัน การทุ่มเถียงกัน การใฝ่สูง การแตกก๊กกัน การอิจฉากัน การฆาตกรรม การเมาเหล้า การเล่นเป็นพาลเกเร และการอื่นๆในทำนองนี้อีก เหมือนที่ข้าพเจ้าได้เตือนท่านมาก่อน บัดนี้ข้าพเจ้าขอเตือนท่านเหมือนกับที่เ

คยเตือนมาแล้วว่า คนที่ประพฤติเช่นนั้นจะไม่ได้รับอาณาจักรของพระเจ้าเป็นมรดก”

ในโรม 13:12-14 อัครทูตเปาโลเตือนเราเกี่ยวกับความปรารถนาฝ่ายเนื้อหนังว่า “กลางคืนล่วงไปมากแล้วและรุ่งเช้าก็ใกล้เข้ามา เหตุฉะนั้นเราจงเลิกการกระทำของความมืดและจงสวมเครื่องอาวุธของความสว่าง เราจงดำเนินชีวิตให้เหมาะสมกับเวลากลางวัน มิใช่เลี้ยงเสพสุราเมามาย มิใช่หยาบโลนลามก มิใช่วิวาทริษยากัน แต่ท่านทั้งหลายจงประดับตัวด้วยพระเยซูคริสต์เจ้าและอย่าจัดเตรียมอะไรไว้บำเรอเนื้อหนังเพื่อจะให้สำเร็จตามความปรารถนาของเนื้อหนังนั้น”

เรามีความคิดและจิตใจ เมื่อเราสำสมความปรารถนาที่เป็นบาปและความเท็จไว้ในจิตใจของเรา เราเรียกความปรารถนาที่เป็นบาปและความเท็จเหล่านั้นว่า “ความปรารถนาฝ่ายเนื้อหนัง” และเมื่อความปรารถนาบาปเหล่านั้นปรากฏออกมาเป็นการกระทำ เราเรียกสิ่งเหล่านั้นว่า “การประพฤติของเนื้อหนัง” ความปรารถนาและการประพฤติของเนื้อหนังต่อสู้กับความจริง ดังนั้นคนที่หมกมุ่นอยู่กับความปรารถนาและการประพฤติเหล่านี้จะไม่ได้รับแผ่นดินของพระเจ้าเป็นมรดก

ด้วยเหตุนี้ พระเจ้าจึงทรงเตือนเราใน 1 โครินธ์ 6:9-10 ว่า “ท่านไม่รู้หรือว่าคนอธรรมจะไม่ได้รับอาณาจักรของพระเจ้าเป็นมรดก อย่าหลงเลย คนล่วงประเวณี คนถือรูปเคารพ คนผิดผัวเมียเขา คนนิสัยเหมือนผู้หญิงหรือคนที่เป็นกะเทย คนขโมย คนโลภ คนขี้เมา คนปากร้าย คนฉ้อโกง จะไม่ได้รับอาณาจักรของพระเจ้าเป็นมรดก” และใน 1 โครินธ์ 3:16-17 ว่า “ท่านทั้งหลายไม่รู้หรือว่าท่านเป็นวิหารของพระเจ้า และพระวิญญาณของพระเจ้าสถิตอยู่ในท่าน ถ้าผู้ใดทำลายวิหารของพระเจ้า พระเจ้าจะทรงทำลายผู้นั้น เพราะวิหารของพระเจ้าเป็นที่บริสุท

ธิ์และท่านทั้งหลายเป็นวิหารนั้น"

เหมือนที่ระบุไว้ในพระคัมภีร์ทั้งสองตอนนี้ว่าท่านต้องรู้ว่าคนอธรรมที่ทำบาปและทำชั่วจะไม่ได้รับแผ่นดินของพระเจ้าเป็นมรดก—คนที่ประพฤติในฝ่ายเนื้อหนังจะไม่รอด จงตื่นตัวอยู่เสมอเพื่อท่านจะไม่ล้มลงในการทดลองของนักเทศน์ที่กล่าวว่าเราจะรอดเพียงแค่เราเข้าร่วมในคริสตจักร ผมขอร้องท่านไม่ให้ล้มลงในการทดลองด้วยการขอให้ท่านสำรวจพระคำของพระเจ้าอย่างถี่ถ้วน

2) พระวิญญาณและความปรารถนาของพระวิญญาณ

มนุษย์ประกอบด้วยวิญญาณ จิตใจ และร่างกาย ร่างกายของเรากำลังเสื่อมสูญไป ร่างกายเป็นเพียงบ้านของวิญญาณและจิตใจของเรา วิญญาณและจิตใจเป็นสิ่งที่ไม่เสื่อมสูญซึ่งจะควบคุมการทำงานของจิตใจและให้ชีวิตกับเรา

วิญญาณถูกจำแนกออกเป็นสองส่วน นั่นคือ วิญญาณที่เป็นของพระเจ้าและวิญญาณที่ไม่ได้เป็นของพระเจ้า เพราะเหตุนี้ 1 ยอห์น 4:1 จึงกล่าวว่า "ท่านที่รักทั้งหลาย อย่าเชื่อวิญญาณเสียทุก ๆ วิญญาณ แต่จงพิสูจน์วิญญาณเหล่านั้นว่ามาจากพระเจ้าหรือไม่ เพราะว่ามีผู้พยากรณ์เท็จเป็นอันมากออกเที่ยวไปในโลก"

พระวิญญาณของพระเจ้าทรงช่วยเราให้ประกาศว่าพระเยซูคริสต์ได้เสด็จมาอยู่ในสภาพของเนื้อหนังและพระวิญญาณทรงนำเราให้รู้จักสิ่งต่าง ๆ ที่พระเจ้าทรงมอบให้กับเราโดยไม่คิดมูลค่า (1 ยอห์น 4:2; 1 โครินธ์ 2:12)

พระเยซูตรัสไว้ในยอห์น 3:6 ว่า "ซึ่งบังเกิดจากเนื้อหนังก็เป็นเนื้อหนัง และซึ่งบังเกิดจากพระวิญญาณก็คือจิตวิญญาณ" ถ้าเราต้อนรับเอาพระเยซูคริสต์และได้รับพระวิญญาณบริสุทธิ์ พระ

วิญญาณบริสุทธิ์จะเสด็จเข้ามาในจิตใจของเรา เสริมกำลังให้เราเข้าใจพระคำของพระเจ้า ช่วยเราให้ดำเนินชีวิตตามพระคำแห่งความจริงและนำเราให้กลายเป็นมนุษย์ฝ่ายวิญญาณ เมื่อพระวิญญาณบริสุทธิ์เสด็จเข้ามาในจิตใจของเราพระองค์ทรงทำให้วิญญาณจิตที่ตายไปแล้วของเราเป็นขึ้นมาใหม่ ดังนั้นเราจึงพูดว่าเราบังเกิดใหม่จากพระวิญญาณและได้รับการชำระให้บริสุทธิ์ผ่านการเข้าสุหนัตในจิตใจ

พระเยซูองค์พระผู้เป็นเจ้าของเราตรัสไว้ในยอห์น 4:24 ว่า "พระเจ้าทรงเป็นพระวิญญาณ และผู้ที่นมัสการพระองค์ต้องนมัสการด้วยจิตวิญญาณและความจริง" พระวิญญาณเป็นของโลกมิติที่สี่ และพระเจ้าผู้ทรงเป็นพระวิญญาณไม่เพียงแต่ทรงทอดพระเนตรเห็นจิตใจของเราแต่ละคนเท่านั้น แต่พระองค์ทรงทราบทุกสิ่งเกี่ยวกับเราด้วยเช่นกัน

ยอห์น 6:63 กล่าวว่า "จิตวิญญาณเป็นที่ให้มีชีวิต ส่วนเนื้อหนังไม่มีประโยชน์อันใด ถ้อยคำซึ่งเราได้กล่าวกับท่านทั้งหลายนั้นเป็นจิตวิญญาณและเป็นชีวิต" พระเยซูทรงอธิบายกับเราว่าพระวิญญาณบริสุทธิ์ทรงให้ชีวิตและพระคำของพระเจ้าคือวิญญาณ

และยอห์น 14:16-17 กล่าวว่า "เราจะทูลขอพระบิดาและพระองค์จะทรงประทานผู้ปลอบประโลมใจอีกผู้หนึ่งให้แก่ท่านเพื่อพระองค์จะได้อยู่กับท่านตลอดไป คือพระวิญญาณแห่งความจริงผู้ซึ่งโลกรับไว้ไม่ได้เพราะแลไม่เห็นพระองค์และไม่รู้จักพระองค์ แต่ท่านทั้งหลายรู้จักพระองค์ เพราะพระองค์ทรงสถิตอยู่กับท่านและจะประทับอยู่ในท่าน" ถ้าเราได้รับพระวิญญาณบริสุทธิ์และเป็นบุตรของพระเจ้า พระวิญญาณบริสุทธิ์จะทรงนำเราไปสู่ความจริง

พระวิญญาณบริสุทธิ์ทรงสถิตอยู่ในเราหลังจากที่เราต้อนรับเ

อาองค์พระผู้เป็นเจ้าและทรงให้กำเนิดแก่วิญญาณจิตของเรา พระองค์ทรงนำเราไปสู่ความจริงและทรงช่วยเราให้รู้ถึงความอธรรมทั้งสิ้น พระวิญญาณบริสุทธิ์ทรงช่วยให้เรากลับใจและหันกลับจากความอธรรมเหล่านั้น ถ้าเราดำเนินชีวิตตรงกันข้ามกับความจริง พระวิญญาณบริสุทธิ์ทรงคร่ำครวญและทรงทำให้เรารู้สึกทุกข์ใจ พระองค์ทรงช่วยให้เรารู้ถึงความบาปของเราและทรงชำระเราให้บริสุทธิ์

นอกจากนั้น พระคัมภีร์เรียกพระวิญญาณบริสุทธิ์ว่าพระวิญญาณของพระเจ้า (1 โครินธ์ 12:3) และพระวิญญาณขององค์พระผู้เป็นเจ้า (กิจการ 5:9; 8:39) พระวิญญาณของพระเจ้าคือความจริงนิรันดร์และเป็นพระวิญญาณที่ให้ชีวิตและนำเราไปสู่ชีวิตนิรันดร์

ในอีกด้านหนึ่ง วิญญาณที่ไม่ได้เป็นของพระเจ้า (แต่ต่อสู้กับพระวิญญาณของพระเจ้า) จะไม่ยอมรับว่าพระเยซูเสด็จเข้ามาในโลกนี้ในสภาพของเนื้อหนังและพระคัมภีร์เรียกวิญญาณดังกล่าวนี้ว่า "วิญญาณของโลก" (1 โครินธ์ 2:12) "วิญญาณของผู้เป็นปฏิปักษ์ต่อพระคริสต์" (1 ยอห์น 4:3) "วิญญาณที่ล่อลวง" (1 ทิโมธี 4:1) และ "ผีโสโครก" (วิวรณ์ 16:13) วิญญาณเหล่านี้มาจากผีมารซาตาน วิญญาณเหล่านี้ไม่ได้มาจากพระวิญญาณแห่งความจริง วิญญาณแห่งความเท็จเหล่านี้ไม่ได้ให้ชีวิต แต่จะผลักไสผู้คนไปสู่ความพินาศ

พระวิญญาณบริสุทธิ์ หมายถึงพระวิญญาณที่ดีพร้อมของพระเจ้า เมื่อเราต้อนรับเอาพระเยซูคริสต์และเป็นบุตรของพระเจ้า เราก็ได้รับพระวิญญาณบริสุทธิ์ พระวิญญาณบริสุทธิ์ทรงให้กำเนิดแก่วิญญาณจิตของเรา พระองค์ทรงประทานความชอบธรรมให้กับเราและทรงช่วยให้เราสำแดงผลของพระวิญญาณบริสุทธิ์ ความชอบธรรม และความสว่าง เมื่อเราเป็นเหมือนพระเจ้าโดยกา

รทำงานของพระวิญญาณบริสุทธิ์ เราก็จะได้รับการทรงนำจากพระองค์ ถูกเรียกว่าเป็นบุตรของพระเจ้า และเราสามารถเรียกพระเจ้าว่า "อับบา คือพระบิดา" เพราะเราได้รับวิญญาณของการถูกรับให้เป็นบุตร (โรม 8:12-15)

ด้วยเหตุนี้ ยิ่งเราได้รับการทรงนำจากพระวิญญาณบริสุทธิ์มากขึ้นเท่าใดเราก็จะสำแดงผลทั้งเก้าชนิดของพระวิญญาณบริสุทธิ์มากขึ้นเท่านั้น ซึ่งผลเหล่านี้ได้แก่ ความรัก ความปลาบปลื้มใจ สันติสุข ความอดกลั้นใจ ความปรานี ความดี ความเชื่อ ความสุภาพอ่อนน้อม และการรู้จักบังคับตน (กาลาเทีย 5:22-23) เรายังสำแดงผลของความชอบธรรมและผลของความสว่างซึ่งประกอบด้วยความดี ความชอบธรรม และความจริงทั้งสิ้น ด้วยเช่นกันซึ่งสิ่งเหล่านี้จะช่วยให้เราบรรลุถึงความรอดอย่างสมบูรณ์ (เอเฟซัส 5:9)

ความคิดฝ่ายเนื้อหนังนำไปสู่ความตาย แต่ความคิดฝ่ายวิญญาณนำไปสู่ชีวิตและสันติสุข

ถ้าท่านทำตามเนื้อหนังท่านก็ปักใจอยู่กับสิ่งของฝ่ายเนื้อหนัง ท่านจะดำเนินชีวิตตามเนื้อหนังและจะทำบาป จากท่านจะถูกนำไปสู่ความตายตามที่พระคำของพระเจ้ากล่าวไว้ว่า "เพราะว่าค่าจ้างของความบาปคือความตาย" เพราะเหตุนี้ องค์พระผู้เป็นเจ้าจึงตรัสถามเราว่า "พี่น้องของข้าพเจ้า แม้ผู้ใดจะว่าตนมีความเชื่อแต่ไม่มีการกระทำ จะได้ประโยชน์อะไร ความเชื่อจะช่วยผู้นั้นให้รอดได้หรือ ความเชื่อก็เช่นเดียวกัน ถ้าปราศจากการกระทำก็ตายโดยลำพังแล้ว" (ยากอบ 2:14, 17)

ถ้าท่านปักใจอยู่กับเนื้อหนัง สิ่งนั้นจะไม่เพียงแต่เป็นเหตุให้ท่านทำบาปและพบกับปัญหาในโลกนี้เท่านั้น แต่ท่านจะไม่ได้รับมรดกในแผ่นดินสวรรค์ด้วยเช่นกัน ดังนั้นท่านต้องจดจำสิ่งนี้เอ

าไว้และทำลายการของฝ่ายกายเสียให้ตายเพื่อท่านจะมีชีวิตนิรันดร์ (โรม 8:13)

แต่ถ้าท่านทำตามพระวิญญาณ ท่านจะปักใจอยู่กับพระวิญญาณและพยายามอย่างสุดกำลังที่จะดำเนินชีวิตด้วยความจริง พระวิญญาณบริสุทธิ์จะทรงช่วยท่านให้ต่อสู้กับผีมารซาตาน กำจัดความเท็จทิ้งไป และเดินอยู่ในความจริง จากนั้นท่านจะได้รับการชำระให้บริสุทธิ์

สมมุติว่ามีคนตบแก้มของท่านโดยไม่มีเหตุผล ท่านอาจรู้สึกโกรธแค้น แต่ท่านสามารถขับไล่ความคิดฝ่ายเนื้อหนังออกไปและทำตามความคิดฝ่ายวิญญาณด้วยการระลึกถึงการถูกตรึงบนกางเขนของพระเยซู เพราะพระคำของพระเจ้าบอกเราให้หันแก้มอีกข้างหนึ่งให้เขาเมื่อมีคนตบที่แก้มข้างหนึ่งและให้ชื่นชมยินดีในทุกสถานการณ์ ท่านก็สามารถยกโทษ อดกลั้น และรับใช้คนอื่น ผลลัพธ์ก็คือท่านจะไม่รู้สึกมีปัญหา ด้วยวิธีนี้ท่านจะมีความสงบสุขในจิตใจของท่าน จนกว่าท่านจะได้รับการชำระให้บริสุทธิ์ ท่านอาจต้องการที่จะต่อว่าและตำหนิคนที่กระทำเช่นนั้นต่อท่านเนื่องจากความชั่วที่อยู่ภายในเขา แต่หลังจากที่ท่านได้กำจัดความชั่วทุกรูปแบบทิ้งไปแล้วท่านจะรู้สึกรักคนนั้นแม้ท่านจะเห็นความผิดของเขา

ดังนั้น ถ้าท่านปักใจอยู่กับวิญญาณ ท่านก็จะแสวงหาสิ่งที่อยู่ฝ่ายวิญญาณและเดินอยู่ในพระคำแห่งความจริง ผลลัพธ์ก็คือท่านจะได้รับความรอดและชีวิตที่แท้จริงและชีวิตของท่านจะเต็มไปด้วยสันติสุขและพระพร

ใจซึ่งปักอยู่กับเนื้อหนังก็เป็นศัตรูกับพระเจ้า

ความคิดฝ่ายเนื้อหนังขัดขวางไม่ให้ท่านอธิษฐานต่อพระเจ้าในขณะที่ความคิดฝ่ายวิญญาณจะปลุกเร้าท่านให้อธิษฐานต่อพระ

องค์ ความคิดฝ่ายเนื้อหนังส่งผลให้เกิดความเป็นปฏิปักษ์และการทะเลาะวิวาทในขณะที่ความคิดฝ่ายวิญญาณจะนำไปสู่ความรักและสันติสุข เช่นเดียวกัน ความคิดฝ่ายเนื้อหนังต่อสู้กับความจริงและที่จริงสิ่งเหล่านี้เป็นความคิดและความตั้งใจที่มีจากผีมารซาตาน เพราะเหตุนี้ ถ้าท่านทำตามความคิดฝ่ายเนื้อหนังอย่างต่อเนื่อง อุปสรรคที่ขวางกั้นท่านกับพระเจ้าจะถูกสร้างขึ้นและสิ่งเหล่านี้จะขัดขวางน้ำพระทัยของพระเจ้าสำหรับท่าน

ความคิดฝ่ายเนื้อหนังไม่ทำให้เกิดสันติสุข สิ่งนี้มีแต่จะก่อให้เกิดความวิตกกังวลและปัญหาเพียงอย่างเดียว กล่าวคือ ความคิดฝ่ายเนื้อหนังล้วนไร้ความหมายและไม่เป็นประโยชน์ใดเลย พระเจ้าพระบิดาของเราทรงยิ่งใหญ่และทรงรอบรู้ ในฐานะพระผู้สร้างพระองค์ทรงครอบครองเหนือฟ้าสวรรค์และแผ่นดินโลกและสิ่งสารพัดที่อยู่ในที่เหล่านั้นและพระองค์ทรงครอบครองเหนือวิญญาณและร่างกายของเรา มีอะไรอีกบ้างที่พระเจ้าจะไม่ประทานให้กับบุตรที่รักของพระองค์เล่า ถ้าคุณพ่อของท่านเป็นประธานของกลุ่มอุตสาหกรรมขนาดใหญ่ ท่านก็ไม่ต้องกังวลในเรื่องการเงินและถ้าคุณพ่อของท่านเป็นนายแพทย์ผู้มีความเชี่ยวชาญรอบรู้ ท่านก็จะได้รับการค้ำประกันในเรื่องการมีสุขภาพดี

เหมือนที่พระเยซูตรัสไว้ในมาระโก 9:23 ว่า "ถ้าท่านเชื่อได้ ใครเชื่อก็ทำให้ได้ทุกสิ่ง" ความคิดฝ่ายวิญญาณจะนำความเชื่อและสันติสุขมาสู่ท่านในขณะที่ความคิดฝ่ายเนื้อหนังจะขัดขวางท่านจากการทำให้น้ำพระทัยและงานของพระเจ้าสำเร็จด้วยการใส่ความวิตกกังวลและปัญหาให้กับท่าน เพราะเหตุนี้ โรม 8:7 จึงกล่าวถึงความคิดฝ่ายเนื้อหนังว่า "เหตุว่าใจซึ่งปักอยู่กับเนื้อหนังนั้นก็เป็นศัตรูต่อพระเจ้า เพราะหาได้อยู่ใต้บังคับพระราชบัญญัติของพระเจ้าไม่ และที่จริงจะอยู่ใต้บังคับพระราชบัญญัตินั้นไม่ได้"

เราเป็นบุตรของพระเจ้าที่รับใช้พระองค์และเรียกพระองค์ว่า "พระบิดา" ถ้าท่านขาดความชื่นชมยินดีและมีความทุกข์ใจ ความท้อแท้ใจ และความวิตกกังวล สิ่งนี้ก็พิสูจน์ว่าท่านทำตามความคิดฝ่ายเนื้อหนังที่ถูกกระตุ้นโดยผีมารซาตานแทนที่จะเป็นความคิดฝ่ายวิญญาณที่มาจากพระเจ้า ถ้าเช่นนั้นท่านต้องกลับใจทันที หันไปจากสิ่งนั้นและแสวงหาความคิดฝ่ายวิญญาณ ทั้งนี้ก็เพราะว่าเราจะอุทิศตนเองให้กับพระเจ้าและเชื่อฟังพระองค์ได้ด้วยความคิดฝ่ายวิญญาณเท่านั้น

คนที่อยู่ในเนื้อหนังจะเป็นที่พอพระทัยพระเจ้าไม่ได้

คนที่ปักใจอยู่กับเนื้อหนังเป็นคนที่ต่อสู้กับพระเจ้าและไม่ได้ยอมจำนนต่อพระบัญญัติของพระเจ้า คนเหล่านี้ไม่เชื่อพระเจ้าและไม่เป็นที่พอพระทัยของพระองค์ ในที่สุดเขาจะพบกับปัญหาและความทุกข์ลำบาก

เนื่องจากอับราฮัมผู้เป็นบิดาแห่งความเชื่อเสาะหาความคิดฝ่ายวิญญาณอยู่เสมอ ดังนั้นท่านจึงสามารถเชื่อฟังกระทั่งคำบัญชาของพระเจ้าที่สั่งท่านให้ถวายอิสอัคบุตรชายคนเดียวของตนเป็นเครื่องเผาบูชา ในทางตรงกันข้าม กษัตริย์ซาอูลซึ่งทำตามความคิดฝ่ายเนื้อหนังถูกพระเจ้าทอดทิ้งในที่สุด โยนาห์ถูกซัดกระหน่ำด้วยคลื่นลมและถูกกลืนเข้าไปในท้องปลา คนอิสราเอลต้องทนทุกข์อยู่ในถิ่นทุรกันดารเป็นเวลา 40 ปีหลังจากการอพยพ

เมื่อท่านทำตามความคิดฝ่ายวิญญาณและสำแดงการประพฤติแห่งความเชื่อ ความปรารถนาแห่งจิตใจของท่านจะได้รับการตอบสนองเหมือนที่พระเจ้าทรงสัญญาไว้ในสดุดี 37:4-6 ว่า "จงปีติยินดีในพระเยโฮวาห์และพระองค์จะประทานตามใจปรารถนาของท่าน จงมอบทางของท่านไว้กับพระเยโฮวาห์ วางใจในพระองค์

และพระองค์จะทรงกระทำให้สำเร็จ พระองค์จะทรงให้ความชอบธรรมของท่านกระจ่างอย่างความสว่าง และให้ความยุติธรรมของท่านแจ้งอย่างเที่ยงวัน"

ผู้ที่เชื่อในพระเจ้าต้องกำจัดการไม่เชื่อฟังทุกชนิดที่มีต้นเหตุมาจากการทำงานของผีมารซาตานทิ้งไป รักษาพระบัญญัติของพระเจ้า และทำสิ่งที่พระองค์พอพระทัย จากนั้นเขาจะกลายเป็นมนุษย์ฝ่ายวิญญาณที่จะได้รับทุกสิ่งทุกอย่างที่เขาทูลขอ

เราจะทำตามการงานของพระวิญญาณได้อย่างไร

พระเยซูผู้ทรงเป็นพระบุตรของพระเจ้าเสด็จเข้ามาในโลกนี้และทรงเป็นเมล็ดข้าวสาลีเพื่อคนบาปและทรงสิ้นพระชนม์เพื่อเขา พระองค์ทรงเตรียมหนทางไปสู่ความรอดสำหรับทุกคนที่ต้อนรับเอาพระองค์เพื่อให้เขาเป็นบุตรของพระเจ้าและได้ทรงเก็บเกี่ยวผลจำนวนนับไม่ถ้วน พระองค์ทรงมุ่งหาเฉพาะความคิดฝ่ายวิญญาณและเชื่อฟังน้ำพระทัยของพระเจ้า พระองค์ทรงทำให้คนตายเป็นขึ้นมาใหม่ ทรงรักษาคนเจ็บป่วยด้วยโรคนานาชนิด และทรงขยายแผ่นดินของพระเจ้า

ท่านต้องทำสิ่งใดเพื่อจะเลียนแบบพระเยซูและทำให้พระเจ้าพอพระทัย

ประการแรก ท่านต้องดำเนินชีวิตด้วยความช่วยเหลือของพระวิญญาณบริสุทธิ์ ผ่านการอธิษฐาน

ถ้าท่านไม่อธิษฐานท่านจะถูกครอบงำจากการทำงานของผีมารซาตานและดำเนินชีวิตตามความคิดฝ่ายเนื้อหนัง อย่างไรก็ตามเมื่อท่านอธิษฐานโดยไม่หยุดหย่อน พระวิญญาณบริสุทธิ์จะทำงานในชีวิตของท่าน ท่านจะรู้ว่าอะไรคือความชอบธรรม ท่านต่อสู้กับความบาป ท่านจะไม่ถูกพิพากษา ท่านจะทำตามควา

มปรารถนาของพระวิญญาณบริสุทธิ์ และเป็นคนชอบธรรมในสายพระเนตรของพระเจ้า แม้แต่พระเยซูพระบุตรของพระเจ้าก็ทรงทำให้พระราชกิจของพระเจ้าสำเร็จโดยผ่านการอธิษฐาน เพราะการอธิษฐานโดยไม่หยุดหย่อนนั้นเป็นน้ำพระทัยของพระเจ้า เมื่อท่านไม่หยุดอธิษฐาน ท่านจึงสามารถทำตามความคิดฝ่ายวิญญาณและเป็นที่พอพระทัยพระเจ้า

ประการที่สอง ท่านต้องทำการฝ่ายวิญญาณให้สำเร็จแม้ท่านไม่ต้องการก็ตาม ความเชื่อที่ปราศจากการประพฤติก็เป็นเพียงความเชื่อที่เป็นความรู้และเป็นความเชื่อที่ตายแล้ว เมื่อท่านรู้ว่าท่านต้องทำสิ่งใดแต่ท่านไม่ได้ทำ สิ่งนั้นคือความบาป ดังนั้นถ้าท่านต้องการที่จะทำตามน้ำพระทัยของพระเจ้าและทำให้พระองค์พอพระทัย ท่านต้องสำแดงความประพฤติแห่งความเชื่อ

ประการที่สาม ท่านต้องกลับใจและรับเอาฤทธิ์อำนาจจากเบื้องบนเพื่อท่านจะมีความเชื่อที่ประกอบด้วยการประพฤติ เนื่องจากความคิดฝ่ายเนื้อหนังเป็นปฏิปักษ์กับพระเจ้า (เพราะสิ่งนี้ทำให้พระองค์ไม่พอพระทัยและสร้างกำแพงบาปขึ้นระหว่างท่านกับพระเจ้า) ท่านต้องกลับใจจากสิ่งเหล่านี้และกำจัดความคิดฝ่ายเนื้อหนังทิ้งไป การกลับใจเป็นสิ่งที่จำเป็นเสมอสำหรับชีวิตคริสเตียนที่ดี แต่เพื่อจะกำจัดความคิดฝ่ายเนื้อหนังทิ้งไปท่านต้องฉีกใจของท่านออกและกลับใจจากสิ่งเหล่านั้น

ถ้าท่านทำบาปที่ท่านรู้ว่าท่านไม่ควรทำ ท่านจะรู้สึกไม่สบายใจ เมื่อท่านกลับใจจากบาปด้วยการร้องไห้อธิษฐาน ความวิตกกังวลจะหมดไปจากท่าน ท่านจะรู้สึกสดชื่น ท่านได้คืนดีกับพระเจ้า สันติสุขได้รับการรื้อฟื้นขึ้นมาใหม่ และความปรารถนาแห่งจิตใจของท่านจะได้รับการตอบสนอง ถ้าท่านอธิษฐานอย่างต่อเนื่องเพื่อกำจัดความชั่วทุกรูปแบบทิ้งไป ท่านจะกลับใจจากบาปของตนด้วยการฉีกหัวใจของท่าน

ความบาปชนิดต่าง ๆ จะถูกเผาผลาญไปด้วยไฟแห่งพระวิญญาณบริสุทธิ์ และกำแพงบาปก็จะถูกทำลายลง จากนั้นท่านจะสามารถดำเนินชีวิตด้วยการทำงานของพระวิญญาณบริสุทธิ์ และเป็นที่พอพระทัยพระเจ้า

ถ้าท่านรู้สึกมีภาระหนักในจิตใจหลังจากที่ท่านได้รับพระวิญญาณบริสุทธิ์โดยความเชื่อในพระเยซูคริสต์ สาเหตุก็เพราะว่าบัดนี้ท่านพบว่าตัวท่านต่อสู้กับพระเจ้าด้วยความคิดฝ่ายเนื้อหนังของตน ดังนั้นท่านต้องทำลายกำแพงบาปด้วยการอธิษฐานอย่างร้อนรน ทำตามความปรารถนาของพระวิญญาณบริสุทธิ์ และทำภารกิจของพระวิญญาณตามความคิดฝ่ายวิญญาณ ผลลัพธ์ก็คือสันติสุขและความชื่นชมยินดีจะเข้าสู่จิตใจของท่าน คำอธิษฐานของท่านจะได้รับคำตอบ และความปรารถนาแห่งจิตใจของท่านจะได้รับการตอบสนอง

เหมือนดังที่พระเยซูตรัสไว้ในมาระโก 9:23 ว่า "ถ้าท่านเชื่อได้ ใครเชื่อก็ทำให้ได้ทุกสิ่ง" ขอให้ท่านแต่ละคนละทิ้งความคิดฝ่ายเนื้อหนังที่เป็นปฏิปักษ์กับพระเจ้าไป ดำเนินชีวิตด้วยความเชื่อตามภารกิจของพระวิญญาณบริสุทธิ์เพื่อท่านจะเป็นที่พอพระทัยของพระเจ้า กระทำพระราชกิจของพระองค์ และยกย่องแผ่นดินของพระเจ้า ผมอธิษฐานในพระนามของพระเยซูคริสต์องค์พระผู้เป็นเจ้า

บทที่ 3

จงทำลายความคิดและทฤษฎีทุกอย่าง

"เพราะว่า ถึงแม้เรายังดำเนินอยู่ในเนื้อหนังก็จริง แต่เราก็ไม่ได้สู้รบตามฝ่ายเนื้อหนัง เพราะว่าศาสตราวุธแห่งการสงครามของเราไม่เป็นฝ่ายเนื้อหนัง แต่มีอานุภาพอันยิ่งใหญ่จากพระเจ้าที่จะทลายป้อมอันแข็งแกร่งลงได้ คือทำลายความคิดและทิฐิมานะทุกประการที่ตั้งตัวขึ้นขัดขวางความรู้ของพระเจ้า และน้อมนำความคิดทุกประการให้เข้าอยู่ใต้บังคับจนถึงเชื่อฟังพระคริสต์และพร้อมที่จะแก้แค้นการไม่เชื่อฟังทุกอย่างในเมื่อความเชื่อฟังของท่านทั้งหลายจะสำเร็จ"

---

2 โครินธ์ 10:3-6

อีกครั้งหนึ่ง ความเชื่ออาจถูกจำแนกออกเป็นสองชนิด นั่นคือ ความเชื่อฝ่ายวิญญาณและความเชื่อฝ่ายเนื้อหนัง เราอาจเรียกความเชื่อฝ่ายเนื้อหนังว่าความเชื่อที่เป็นเพียงความรู้ เมื่อท่านฟังพระคำของพระเจ้าครั้งแรกท่านเริ่มมีความเชื่อที่เป็นความรู้ นั่นคือความเชื่อฝ่ายเนื้อหนัง แต่เมื่อท่านเข้าใจและประพฤติตามพระคำของพระเจ้ามากขึ้น ท่านก็จะมีความเชื่อฝ่ายวิญญาณ

ถ้าท่านเข้าใจความหมายฝ่ายวิญญาณของพระคำแห่งความจริงของพระเจ้าและวางรากฐานแห่งความเชื่อด้วยการประพฤติตามพระคำนั้น พระเจ้าจะทรงชื่นชมยินดีและประทานความเชื่อฝ่ายวิญญาณให้ท่าน ดังนั้นด้วยความเชื่อฝ่ายวิญญาณที่มาจากเบื้องบน คำอธิษฐานของท่านจะได้รับคำตอบและปัญหาของท่านจะได้รับการแก้ไข ท่านจะมีประสบการณ์ของการได้พบปะกับพระเจ้าด้วยเช่นกัน

โดยประสบการณ์นี้ความสงสัยจะหมดไปจากท่าน ความคิดของมนุษย์และทฤษฎีทุกอย่างจะถูกทำลายและท่านจะยืนหยัดอยู่บนศิลาแห่งความเชื่อซึ่งจะทำให้ท่านไม่หวั่นไหวด้วยความทุกข์ลำบากและการทดลองชนิดใด เมื่อท่านเป็นมนุษย์แห่งความจริงและมีจิตใจเหมือนพระคริสต์ นั่นก็หมายความว่าท่านได้วางรากฐานแห่งความเชื่อของท่านอย่างถาวรแล้ว ด้วยรากฐานแห่งความเชื่อนี้ท่านจะได้รับทุกสิ่งที่ท่านทูลขอด้วยความเชื่อ

เหมือนดังที่องค์พระผู้เป็นเจ้าของเราตรัสไว้ในมัทธิว 8:13 ว่า “ท่านได้เชื่ออย่างไร ก็ให้เป็นแก่ท่านอย่างนั้น” ถ้าท่านมีความเชื่อฝ่ายวิญญาณอย่างสมบูรณ์ ความเชื่อนี้จะทำให้ท่านได้รับทุกสิ่งที่ท่านทูลขอ ท่านสามารถดำเนินชีวิตแห่งการถวายเกียรติแด่พระเจ้าในทุกสิ่งที่ท่านทำ ท่านจะอยู่ในความรักและการอารักขาของพระเจ้าและเป็นความปีติยินดีอันยิ่งใหญ่แด่พระเจ้า

ตอนนี้ขอให้เราเจาะลึกลงไปในอีกสองสามประเด็นที่เกี่ยวข้องกับความเชื่อฝ่ายวิญญาณ อะไรคืออุปสรรคของการมีความเชื่อฝ่ายวิญญาณ ท่านจะมีความเชื่อฝ่ายวิญญาณได้อย่างไร พระพรชนิดใดที่เหล่าบิดาแห่งความเชื่อฝ่ายวิญญาณในพระคัมภีร์ได้รับ และสุดท้ายเราจะดูว่าทำไมคนที่ปักใจอยู่กับความคิดฝ่ายเนื้อหนังจึงถูกทอดทิ้ง

อุปสรรคของการมีความเชื่อฝ่ายวิญญาณ

ด้วยความเชื่อฝ่ายวิญญาณท่านจะสามารถติดต่อสื่อสารกับพระเจ้า ท่านจะได้ยินพระสุรเสียงของพระวิญญาณบริสุทธิ์อย่างชัดเจน คำอธิษฐานและคำร้องทูลของท่านจะได้รับคำตอบ ท่านสามารถถวายเกียรติแด่พระเจ้าไม่ว่าในการกินหรือการดื่มหรือในสิ่งใดก็ตามที่ท่านทำ ท่านจะดำเนินชีวิตในความโปรดปราน การยอมรับ และการค้ำประกันจากพระเจ้าในชีวิตของท่าน

ถ้าเช่นนั้นเพราะเหตุใดผู้คนจึงไม่มีความเชื่อฝ่ายวิญญาณ ตอนนี้ขอให้เราพิจารณาถึงสาเหตุต่าง ๆ ที่ทำให้เราไม่มีความเชื่อฝ่ายวิญญาณ

1) ความคิดฝ่ายเนื้อหนัง

โรม 8:6-7 กล่าวว่า "ด้วยว่าซึ่งปักใจอยู่กับเนื้อหนังก็คือความตาย และซึ่งปักใจอยู่กับพระวิญญาณก็คือชีวิตและสันติสุข เหตุว่าใจซึ่งปักอยู่กับเนื้อหนังนั้นก็เป็นศัตรูต่อพระเจ้า เพราะหาได้อยู่ใต้บังคับพระราชบัญญัติของพระเจ้าไม่ และที่จริงจะอยู่ใต้บังคับพระราชบัญญัตินั้นไม่ได้"

จิตใจถูกแบ่งออกเป็นสองส่วน ส่วนแรกได้แก่จิตใจฝ่ายเนื้อหนังและส่วนที่สองได้แก่จิตใจฝ่ายวิญญาณ จิตใจฝ่ายเนื้อหนังหมายถึงความคิดต่าง ๆ ที่ถูกสำสมไว้ในเนื้อหนังและส่วนประกอบ

ของความเท็จทุกชนิด ความคิดฝ่ายเนื้อหนังเป็นของความบาปเพราะสิ่งเหล่านี้ขัดแย้งกับน้ำพระทัยของพระเจ้า ความคิดฝ่ายเนื้อหนังนำมาซึ่งความตายเหมือนที่กล่าวไว้ในโรม 6:23 ที่ว่า "เพราะว่าค่าจ้างของความบาปคือความตาย" ในทางตรงกันข้ามจิตใจฝ่ายวิญญาณหมายถึงความคิดแห่งความจริงและสอดคล้องกับน้ำพระทัยของพระเจ้าซึ่งได้แก่ความชอบธรรมและความดี จิตใจฝ่ายวิญญาณนำมาซึ่งชีวิตและสันติสุข

ยกตัวอย่าง สมมุติว่าท่านพบกับความยากลำบากหรือการทดลองที่ท่านสามารถเอาชนะได้ด้วยกำลังและความสามารถของมนุษย์ ความคิดฝ่ายเนื้อหนังจะนำท่านไปสู่ความวิตกกังวล แต่ความคิดฝ่ายวิญญาณจะช่วยท่านให้กำจัดความวิตกกังวลทิ้งไปพร้อมกับขอบพระคุณและชื่นชมยินดีตามที่พระคำของพระเจ้ากล่าวว่าไว้ว่า "จงชื่นบานอยู่เสมอ จงอธิษฐานอย่างสม่ำเสมอ จงขอบพระคุณในทุกกรณี เพราะนี่แหละเป็นน้ำพระทัยของพระเจ้าในพระเยซูคริสต์เพื่อท่านทั้งหลาย" (1 เธสะโลนิกา 5:16-18)

ดังนั้น ความคิดฝ่ายวิญญาณจึงตรงกันข้ามกับความคิดฝ่ายเนื้อหนังอย่างชัดเจน ด้วยความคิดฝ่ายเนื้อหนังท่านจะไม่ยอมอยู่ภายใต้พระบัญญัติของพระเจ้า เพราะเหตุนี้ ความคิดฝ่ายเนื้อหนังจึงเป็นศัตรูกับพระเจ้าและขัดขวางเราไม่ให้มีความเชื่อฝ่ายวิญญาณ

2) การประพฤติ/การงานของเนื้อหนัง

การประพฤติ/การงานของเนื้อหนังหมายถึงความบาปและความชั่วทุกชนิดที่ปรากฏอยู่ในการกระทำเหมือนดังที่กาลาเทีย 5:19-21 ให้คำจำกัดความไว้ว่า "แล้วการงานของเนื้อหนังนั้นเห็นได้ชัด คือการเล่นชู้ การล่วงประเวณี การโสโครก การลามก การนับถือรูปเคารพ การนับถือพ่อมดหมอผี การเป็นศัตรูกัน

การวิวาทกัน การอิจฉาริษยากัน การโกรธกัน การทุ่มเถียงกัน การใฝ่สูง การแตกก๊กกัน การอิจฉากัน การฆาตกรรม การเมาเหล้า การเล่นเป็นพาลเกเร และการอื่นๆในทำนองนี้อีก เหมือนที่ข้าพเจ้าได้เตือนท่านมาก่อน บัดนี้ข้าพเจ้าขอเตือนท่านเหมือนกับที่เคยเตือนมาแล้วว่า คนที่ประพฤติเช่นนั้นจะไม่ได้รับอาณาจักรของพระเจ้าเป็นมรดก"

ถ้าท่านไม่กำจัดการประพฤติของเนื้อหนังเหล่านี้ทิ้งไปท่านจะไม่มีความเชื่อฝ่ายวิญญาณและไม่ได้รับแผ่นดินของพระเจ้าเป็นมรดก เพราะเหตุนี้ การงานของเนื้อหนังจึงขัดขวางท่านไม่ให้มีความเชื่อฝ่ายวิญญาณ

3) ทฤษฎีทุกอย่าง

พจนานุกรมฉบับ Webster's Revised Unabridged Dictionary กล่าวถึง "ทฤษฎี" ไว้ว่าเป็น "หลักคำสอนหรือแผนการของสิ่งต่าง ๆ ซึ่งจบลงด้วยการคาดเดาหรือการไตร่ตรองโดยปราศจากแง่มุมต่อการประพฤติหรือเป็นสมมุติฐาน หรือการคาดเอา" หรือเป็น "การแสดงออกของหลักการทางวิทยาศาสตร์ทั่วไปหรือหลักการที่คลุมเครือ" แนวคิดเรื่องทฤษฎีนี้เป็นองค์ความรู้หนึ่งที่สนับสนุนการสร้างบางสิ่งบางอย่างจากสิ่งที่มีอยู่ แต่แนวคิดนี้จะไม่ช่วยให้เรามีความเชื่อฝ่ายวิญญาณ ตรงกันข้าม สิ่งนี้จะขัดขวางเราไม่ให้มีความเชื่อฝ่ายวิญญาณ

ขอให้เราคิดถึงทฤษฎีแห่งการทรงสร้างและทฤษฎีวิวัฒนาการของดาร์วิน ผู้คนส่วนใหญ่เรียนรู้ในโรงเรียนว่ามนุษย์มีวิวัฒนาการมาจากลิง ในทางตรงกันข้าม พระคัมภีร์บอกเราอย่างชัดเจนว่าพระเจ้าทรงสร้างมนุษย์ ถ้าท่านเชื่อในพระเจ้าผู้ยิ่งใหญ่ท่านต้องเลือกและเชื่อว่าการทรงสร้างเกิดขึ้นจากพระเจ้าแม้ท่านจะได้

รับการสั่งสอนเกี่ยวกับทฤษฎีวิวัฒนาการในโรงเรียนก็ตาม

ท่านจะมีความเชื่อฝ่ายวิญญาณได้ก็ต่อเมื่อท่านปฏิเสธทฤษฎีวิวัฒนาการที่สอนอยู่ในโรงเรียนและยอมรับว่าการทรงสร้างเกิดขึ้นจากพระเจ้าเท่านั้น ไม่เช่นนั้น ทฤษฎีทุกอย่างจะขัดขวางท่านไม่ให้มีความเชื่อฝ่ายวิญญาณเพราะเป็นไปไม่ได้ที่ท่านจะเชื่อว่าบางสิ่งบางอย่างถูกสร้างขึ้นจากความว่างเปล่าด้วยทฤษฎีวิวัฒนาการ

ยกตัวอย่าง แม้ด้วยพัฒนาการที่รุดหน้าทางวิทยาศาสตร์ แต่มนุษย์ก็ไม่สามารถสร้างเชื้ออสุจิและไข่ซึ่งเป็นเมล็ดพันธุ์แห่งชีวิตได้ ถ้าเช่นนั้น ผู้คนจะเชื่อว่าบางสิ่งบางอย่างจะถูกสร้างขึ้นจากความว่างเปล่าได้อย่างไรถ้าปราศจากความเชื่อฝ่ายวิญญาณ

ด้วยเหตุนี้ เราต้องปฏิเสธข้อโต้แย้งและทฤษฎีเหล่านี้และทิฐิมานะทุกอย่างที่ตั้งตัวขึ้นขัดขวางความรู้ที่แท้จริงของพระเจ้าและน้อมนำความคิดทุกประการให้เข้าอยู่ใต้บังคับจนถึงเชื่อฟังพระคริสต์

ซาอูลทำตามความคิดฝ่ายเนื้อหนังและไม่เชื่อฟัง

ซาอูลเป็นกษัตริย์องค์แรกของอิสราเอล แต่ท่านไม่ได้ดำเนินชีวิตตามน้ำพระทัยของพระเจ้า ท่านขึ้นครองราชย์ตามข้อเรียกร้องของประชาชน พระเจ้าทรงสั่งให้ท่านโจมตีคนอามาเลขและให้ฆ่าคนเหล่านั้นเสียทั้งหมดไม่ว่าจะเป็นผู้ชายผู้หญิง ทารกเด็กที่ยังดูดนมรวมทั้งวัว แกะ อูฐ และลาโดยไม่มีความปรานี กษัตริย์ซาอูลมีชัยชนะเหนือคนอามาเลข แต่ท่านไม่ได้เชื่อฟังคำบัญชาของพระเจ้า ท่านเก็บวัวและแกะที่ดีที่สุดเอาไว้

ซาอูลทำตามความคิดฝ่ายเนื้อหนังและท่านได้ไว้ชีวิตอากักรวมทั้งแกะ วัว สัตว์อ้วนพี แพะที่ดีที่สุดและสิ่งดี ๆ ทั้งหมดเอาไว้เป็นเครื่องบูชาแด่พระเจ้า ท่านไม่มีความตั้งใจที่จะทำลายสิ่งเ

หล่านั้นทิ้งไปอย่างราบคาบ สิ่งนี้คือการไม่เชื่อฟังและความหยิ่งผยองในสายพระเนตรของพระเจ้า พระเจ้าทรงตำหนิความผิดของท่านผ่านผู้เผยพระวจนะซามูเอลเพื่อให้ท่านกลับใจและหันหลังกลับ แต่กษัตริย์ซาอูลกลับหาข้อแก้ตัวและยืนกรานในความชอบธรรมของตนเอง (1 ซามูเอล 15:2-21)

ในปัจจุบันมีผู้เชื่อจำนวนมากที่ประพฤติตัวเหมือนซาอูล คนเหล่านี้ไม่สำนึกถึงการไม่เชื่อฟังของตนเองหรือไม่ยอมรับเมื่อเขาถูกตำหนิ ตรงกันข้าม คนเหล่านี้กลับหาข้อแก้ตัวและยึดมั่นอยู่กับแนวทางของตนตามความคิดฝ่ายเนื้อหนัง สุดท้ายคนเหล่านี้กลายเป็นคนไม่เชื่อฟังที่ทำตามเนื้อหนังเหมือนซาอูล ในเมื่อคนร้อยคนย่อมมีความเห็นที่แตกต่างกัน ถ้าเขาทำตามความคิดของตนเองเขาก็ไม่สามารถเป็นอันหนึ่งอันเดียวกันได้ ถ้าเขาทำตามความคิดฝ่ายเนื้อหนังของตนเขาจะไม่เชื่อฟัง แต่ถ้าเขาทำตามความจริงของพระเจ้า เขาก็สามารถเชื่อฟังและเป็นอันหนึ่งอันเดียวกันได้

พระเจ้าทรงส่งผู้เผยพระวจนะซามูเอลไปหาซาอูล ซาอูลไม่ได้เชื่อฟังพระคำของพระเจ้าและผู้เผยพระวจนะกล่าวกับซาอูลว่า "เพราะการกบฏก็เป็นเหมือนบาปแห่งการถือฤกษ์ถือยาม และความดื้อดึงก็เป็นเหมือนความชั่วช้าและการไหว้รูปเคารพ เพราะเหตุที่ท่านทอดทิ้งพระวจนะของพระเยโฮวาห์ พระองค์จึงทรงถอดท่านออกจากตำแหน่งกษัตริย์" (1 ซามูเอล 15:23)

เช่นเดียวกัน ถ้าใครก็ตามพึ่งพิงความคิดของมนุษย์และไม่ทำตามน้ำพระทัยของพระเจ้า สิ่งนั้นคือการไม่เชื่อฟังพระเจ้าและเขาถ้าไม่สำนึกถึงการไม่เชื่อฟังของตนหรือหันหลังกลับจากสิ่งนั้น เขาไม่มีทางเลือกอื่นนอกจากจะถูกพระเจ้าทอดทิ้งเหมือนซาอูล

ใน 1 ซามูเอล 15:23 ซามูเอลตำหนิซาอูลว่า "เพราะการกบฏก็

เป็นเหมือนบาปแห่งการถือฤกษ์ถือยาม และความดื้อดึงก็เป็นเหมือนความชั่วช้าและการไหว้รูปเคารพ เพราะเหตุที่ท่านทอดทิ้งพระวจนะของพระเยโฮวาห์ พระองค์จึงทรงถอดท่านออกจากตำแหน่งกษัตริย์” ไม่ว่าความคิดของท่านอาจฟังดูถูกต้องเพียงใดก็ตาม แต่ถ้าความคิดเหล่านั้นขัดแย้งกับพระคำของพระเจ้า ท่านต้องกลับใจและหันกลับจากสิ่งเหล่านั้นทันที นอกจากนั้น ท่านต้องทำให้ความคิดของตนเชื่อฟังน้ำพระทัยของพระเจ้า

เหล่าบิดาแห่งความเชื่อที่เชื่อฟังพระคำของพระเจ้า

ดาวิดเป็นกษัตริย์องค์ที่สองของอิสราเอล ท่านไม่ได้ทำตามความคิดของตนเองมาตั้งแต่วัยเด็ก แต่ท่านเดินตามความเชื่อในพระเจ้าเพียงอย่างเดียว ท่านไม่เกรงกลัวหมีและสิงโตเมื่อท่านเลี้ยงดูฝูงแกะของท่านและบางครั้งท่านปล้ำสู้และเอาชนะสิงโตและหมีด้วยความเชื่อเพื่อปกป้องฝูงแกะ ต่อมาภายหลังท่านได้เอาชนะโกลิอัทซึ่งเป็นนักรบของชาวฟีลิสเตียด้วยความเชื่อเพียงเดียว

มีเหตุการณ์หนึ่งที่ดาวิดไม่เชื่อฟังพระคำของพระเจ้าหลังจากที่ท่านขึ้นครองราชย์ เมื่อท่านถูกตำหนิจากผู้เผยพระวจนะ ดาวิดไม่ได้หาข้อแก้ตัว แต่ท่านกลับใจและหันหลังกลับทันทีและในที่สุดท่านก็ได้รับการชำระให้บริสุทธิ์ ดังนั้นจึงมีข้อแตกต่างอย่างมากระหว่างซาอูลที่ทำตามความคิดฝ่ายเนื้อหนังและดาวิดซึ่งเป็นบุคคลฝ่ายวิญญาณ (1 ซามูเอล 12:13)

ในขณะที่ท่านกำลังเฝ้าดูฝูงแกะในถิ่นทุรกันดารเป็นเวลา 40 ปี โมเสสได้ทำลายความคิดและทฤษฎีทุกอย่างและได้ถ่อมตัวลงต่อพระพักตร์พระเจ้าจนกระทั่งท่านได้รับการทรงเรียกจากพระเจ้าให้นำคนอิสราเอลออกจากการเป็นทาสที่อียิปต์

เพราะท่านคิดตามความคิดของมนุษย์ อับราฮัมจึงเรียกภรรยาของท่านว่า “น้องสาว” แต่หลังจากที่ท่

านกลายเป็นมนุษย์ฝ่ายวิญญาณผ่านทางการทดลอง ท่านก็สามารถเชื่อฟังพระบัญชาของพระเจ้าที่สั่งให้ท่านถวายอิสอัคบุตรชายคนเดียวของท่านเป็นเครื่องเผาบูชา ถ้าท่านพึ่งพิงความคิดฝ่ายเนื้อหนังแม้แต่เพียงเล็กน้อย ท่านคงไม่สามารถเชื่อฟังคำสั่งของพระเจ้าได้เลย อิสอัคเป็นบุตรชายเพียงคนเดียวของท่านซึ่งท่านได้รับมาจากพระเจ้าในช่วงบั้นปลายชีวิตของตนและอิสอัคเป็นเมล็ดแห่งพันธสัญญาของพระเจ้าด้วยเช่นกัน ดังนั้นด้วยความคิดของมนุษย์ การจับอิสอัคมาหั่นเป็นชิ้น ๆ เหมือนหั่นเนื้อสัตว์และถวายเขาเป็นเครื่องเผาบูชาอาจเป็นสิ่งที่ไม่ถูกต้องและเป็นไปไม่ได้สำหรับท่าน อับราฮัมไม่เคยบ่น แต่ท่านเชื่อว่าพระเจ้าทรงสามารถที่จะทำให้อิสอัคเป็นขึ้นมาจากความตายและท่านได้เชื่อฟัง (ฮีบรู 11:19)

นาอามาน (ผู้บัญชาการกองทัพของกษัตริย์แห่งอารัม) เป็นบุคคลที่กษัตริย์โปรดปรานและให้ความนับถืออย่างสูง แต่ท่านถูกคุกคามด้วยโรคเรื้อนและท่านเดินทางมาพบกับผู้เผยพระวจนะเอลีชาเพื่อขอรับการรักษาจากท่าน แม้ท่านนำของขวัญมากมายติดตัวมาด้วยเพื่อท่านจะมีประสบการณ์กับการทำงานของพระเจ้า แต่เอลีชาก็ไม่ได้ออกมาพบท่าน ตรงกันข้ามท่านได้ส่งคนใช้ของท่านออกมาบอกกับนาอามานว่า "ขอจงไปชำระตัวในแม่น้ำจอร์แดนเจ็ดครั้ง และเนื้อของท่านจะกลับคืนเป็นอย่างเดิม และท่านจะสะอาด" (2 พงศ์กษัตริย์ 5:10) ด้วยความคิดฝ่ายเนื้อหนัง นาอามานเห็นว่าการกระทำเช่นนี้เป็นสิ่งที่หยาบคายและสร้างความไม่พอใจให้กับท่านและทำให้ท่านโกรธเคือง

แต่ท่านได้ทำลายความคิดฝ่ายเนื้อหนังของตนและเชื่อฟังคำสั่งของหลังจากได้รับคำแนะนำจากคนใช้ของท่าน ท่านจุ่มตัวลงไปในแม่น้ำจอร์แดนเจ็ดครั้งและผิวของท่านก็กลับคืนเป็นอย่าง

ผิวเด็กเล็ก ๆ และท่านก็หายสะอาด

น้ำเป็นสัญลักษณ์ของพระคำของพระเจ้าและหมายเลข "7" หมายถึงความสมบูรณ์แบบ ดังนั้น "การจุ่มตัวลงไปในแม่น้ำจอร์แดนเจ็ดครั้ง" จึงหมายถึง "การได้รับการชำระให้บริสุทธิ์อย่างสมบูรณ์ด้วยพระคำของพระเจ้า" เมื่อท่านได้รับการชำระให้บริสุทธิ์ ท่านก็จะได้รับคำตอบต่อปัญหาทุกอย่างของท่าน ดังนั้นเมื่อนาอามานเชื่อฟังพระคำของพระเจ้าที่เปิดเผยผ่านทางผู้เผยพระวจนะเอลีชา การทำงานอย่างอัศจรรย์ของพระเจ้าจึงเกิดขึ้นกับท่าน (2 พงศ์กษัตริย์ 5:1-14)

เมื่อท่านขจัดความคิดและทฤษฎีของมนุษย์ออกไปท่านก็สามารถเชื่อฟัง

ยาโคบเป็นคนที่ฉลาดแกมโกงและมีความคิดทุกชนิด ดังนั้นท่านจึงพยายามที่จะทำให้ความตั้งใจของตนสำเร็จด้วยกลอุบายต่าง ๆ ผลลัพธ์ก็คือท่านประสบกับความยากลำบากมากมายเป็นเวลา 20 ปี สุดท้ายท่านก็ตกอยู่ในสถานการณ์ที่ยากลำบากที่แม่น้ำยับบอก ท่านไม่สามารถเดินทางกลับไปยังบ้านลุงของท่านเพราะพันธสัญญาที่ท่านทำไว้กับลุงและท่านก็ไม่สามารถเดินหน้าไปได้เช่นกันเพราะเอซาวพี่ชายของท่านกำลังรอฆ่าท่านอยู่ที่อีกฟากหนึ่งของแม่น้ำ ในสถานการณ์ที่จนตรอกเช่นนี้ ความชอบธรรมส่วนตัวและความคิดฝ่ายเนื้อหนังทั้งสิ้นของท่านถูกทำลายอย่างสิ้นเชิง พระเจ้าทรงทำงานในจิตใจของเอซาวและทำให้เขาคืนดีกับน้องชายของตน ด้วยวิธีนี้พระเจ้าทรงเปิดหนทางไปสู่ชีวิตเพื่อยาโคบจะสามารถทำตามให้การจัดเตรียมของพระเจ้าสำเร็จ (ปฐมกาล 33:1-4)

พระเจ้าตรัสไว้ในโรม 8:5-7 ว่า "เพราะว่าคนทั้งหลายที่อยู่ฝ่ายเนื้อหนังก็ปักใจในสิ่งของต่าง ๆ ซึ่งเป็นของเนื้อหนัง แต่คนทั้งหลายที่อยู่ฝ่ายพระวิญญาณก็ปักใจในสิ่งของต่างๆซึ่งเป็นของ

พระวิญญาณ ด้วยว่าซึ่งปักใจอยู่กับเนื้อหนังก็คือความตาย และซึ่งปักใจอยู่กับพระวิญญาณก็คือชีวิตและสันติสุข เหตุว่าใจซึ่งปักอยู่กับเนื้อหนังนั้นก็เป็นศัตรูต่อพระเจ้า เพราะหาได้อยู่ใต้บังคับพระราชบัญญัติของพระเจ้าไม่ และที่จริงจะอยู่ใต้บังคับพระราชบัญญัตินั้นไม่ได้" เพราะเหตุนี้ เราต้องทำลายความเห็นทฤษฎี และความคิดทุกอย่างที่ขัดขวางความรู้ของพระเจ้า เราต้องทำให้ความคิดทุกอย่างยอมอยู่ใต้บังคับบัญชาของพระคริสต์เพื่อเราจะมีความเชื่อฝ่ายวิญญาณและสำแดงการประพฤติแห่งความเชื่อฟัง

พระเยซูทรงมอบคำสั่งข้อใหม่ให้กับเราในมัทธิว 5:39-42 ว่า "ฝ่ายเราบอกท่านว่า อย่าต่อสู้คนชั่ว ถ้าผู้ใดตบแก้มขวาของท่าน ก็จงหันแก้มอีกข้างหนึ่งให้เขาด้วย ถ้าผู้ใดอยากจะฟ้องศาลเพื่อจะริบเอาเสื้อของท่าน ก็จงให้เสื้อคลุมแก่เขาด้วย ถ้าผู้ใดจะเกณฑ์ท่านให้เดินทางไปหนึ่งกิโลเมตร ก็ให้เลยไปกับเขาถึงสองกิโลเมตร ถ้าเขาจะขอสิ่งใดจากท่านก็จงให้ อย่าเมินหน้าจากผู้ที่อยากขอยืมจากท่าน" ด้วยความคิดของมนุษย์ท่านจะไม่สามารถเชื่อฟังคำสั่งข้อนี้เพราะความคิดของมนุษย์ขัดแย้งกับพระคำแห่งความจริง แต่ถ้าท่านทำลายความคิดฝ่ายเนื้อหนังของมนุษย์ ท่านก็สามารถเชื่อฟังด้วยความยินดีและพระเจ้าจะทรงทำให้ท่านเกิดผลอันดีในทุกสิ่งโดยการเชื่อฟังของท่าน

ไม่ว่าท่านจะประกาศถึงความเชื่อด้วยริมฝีปากของตนมากเพียงใดก็ตาม ท่านก็ไม่อาจเชื่อฟังหรือมีประสบการณ์กับการทำงานของพระเจ้าหรือรับการทรงนำไปสู่ความมั่งคั่งและความสำเร็จได้เว้นแต่ท่านจะกำจัดความคิดและทฤษฎีของท่านเองทิ้งไปเสียก่อน

ผมขอวิงวอนให้ท่านจดจำพระคำของพระเจ้าที่บันทึกไว้

ในอิสยาห์ 55:8-9 เอาไว้ซึ่งกล่าวว่า "เพราะความคิดของเราไม่เป็นความคิดของเจ้า ทั้งทางของเจ้าไม่เป็นวิถีของเรา'" พระเยโฮวาห์ตรัสดังนี้ 'เพราะฟ้าสวรรค์สูงกว่าแผ่นดินโลกฉันใด วิถีของเราสูงกว่าทางของเจ้า และความคิดของเราก็สูงกว่าความคิดของเจ้าฉันนั้น'"

ท่านต้องหลีกเลี่ยงทฤษฎีและความคิดฝ่ายเนื้อหนังของมนุษย์ทุกชนิดและท่านต้องมีความเชื่อฝ่ายวิญญาณเหมือนนายร้อยคนนั้นที่ได้รับการยกย่องจากพระเยซูในเรื่องการพึ่งพิงพระเจ้าอย่างสิ้นเชิงของเขา เมื่อนายร้อยคนนั้นมาหาพระเยซูและทูลขอให้พระองค์ทรงรักษาคนใช้ของเขาที่นอนป่วยเป็นอัมพาตทั่วร่างกายของเขา เขาพูดด้วยความเชื่อว่าคนใช้ของเขาจะหายโรคเพียงแต่พระเยซูตรัส เขาได้รับคำตอบเมื่อเขาเชื่อ ในทำนองเดียวกัน ถ้าท่านมีความเชื่อฝ่ายวิญญาณเช่นนี้ คำอธิษฐานและการร้องทูลทุกอย่างของท่านก็จะได้รับคำตอบและถวายเกียรติแด่พระเจ้าอย่างเต็มที่เช่นกัน

พระคำแห่งความจริงของพระเจ้าเปลี่ยนแปลงวิญญาณจิตของมนุษย์และช่วยให้เขามีความเชื่อที่ประกอบด้วยการประพฤติ ท่านสามารถรับเอาคำตอบจากพระเจ้าได้ด้วยความเชื่อฝ่ายวิญญาณที่มีชีวิตชนิดนี้ ขอให้ท่านแต่ละคนทำลายทฤษฎีและความคิดฝ่ายเนื้อหนังของมนุษย์ทุกอย่างทิ้งไปและมีความเชื่อฝ่ายวิญญาณเพื่อท่านจะได้รับทุกสิ่งที่ท่านทูลขอต่อพระเจ้าด้วยความเชื่อและถวายเกียรติแด่พระองค์

บทที่ 4

จงหว่านเมล็ดแห่งความเชื่อ

“ส่วนผู้ที รับคำสอนในพระวจนะแล้ว จงแบ่งสิ งที ดีทุกอย่างให้แก่ผู้ที
สอนตนเถิดอย่าหลงเลย ท่านจะหลอกลวงพระเจ้าไม่ได้
เพราะว่าผู้ใดหว่านอะไรลง ก็จะเกียวเก็บสิ งนั น
ผู้ที หว่านในย่านเนื อหนังของตน ก็จะเกียวเก็บความเปื อยเน่าจากเ
นื อหนังนั น แต่ผู้ที หว่านในย่านพระวิญญาณ ก็จะเกียวเก็บชีวิตนิ
รันดร์จากพระวิญญาณนั น อย่าให้เราเมื อยล้าในการทำดี
เพราะว่าถ้าเราไม่ท้อใจแล้ว เราก็จะเกียวเก็บในเวลาอันสมควร เหตุฉะ
นั นเมื อเรามีโอกาสให้เราทำดีต่อคนทั งปวง และเฉพาะอย่างยิ งต่อค
นที อยู่ในครอบครัวของความเชื อ”

กาลาเทีย 6:6-10

พระเยซูทรงสัญญากับเราในมาระโก 9:23 ว่า "ถ้าท่านเชื่อได้ ใครเชื่อก็ทำให้ได้ทุกสิ่ง" ดังนั้นเมื่อนายร้อยคนนั้นมาหาพระองค์และแสดงออกถึงความเชื่ออันยิ่งใหญ่ของตน พระเยซูจึงตรัสกับเขาว่า "ไปเถิด ท่านได้เชื่ออย่างไรก็ให้เป็นแก่ท่านอย่างนั้น" (มัทธิว 8:13) และคนใช้ของเขาก็หายเป็นปกติในเวลานั้น

นี่คือความเชื่อฝ่ายวิญญาณซึ่งช่วยให้เราเชื่อในสิ่งที่มองไม่เห็น และนี่เป็นความเชื่อที่ประกอบด้วยการประพฤติซึ่งช่วยให้เราสำแดงความเชื่อของตนออกมาด้วยการกระทำ นี่คือความเชื่อที่เชื่อว่าบางสิ่งบางอย่างถูกสร้างขึ้นจากความว่างเปล่า เพราะเหตุนี้ ฮีบรู 11:1-3 จึงให้คำจำกัดความของความเชื่อไว้ว่า "บัดนี้ความเชื่อคือความแน่ใจในสิ่งที่เราหวังไว้ เป็นหลักฐานมั่นใจว่า สิ่งที่ยังไม่ได้เห็นนั้นมีจริง โดยความเชื่อนี้เอง พวกบรรพบุรุษก็ได้รับการรับรอง โดยความเชื่อนี้เอง เราจึงเข้าใจว่า พระเจ้าได้ทรงสร้างกัลปจักรวาลด้วยพระดำรัสของพระองค์ ดังนั้นสิ่งที่มองเห็นจึงเป็นสิ่งที่เกิดจากสิ่งที่ไม่ปรากฏให้เห็น"

ถ้าท่านมีความเชื่อฝ่ายวิญญาณพระเจ้าจะทรงปลื้มปีติยินดีในความเชื่อของท่านและจะทรงอนุญาตให้ท่านได้รับทุกสิ่งที่ท่านทูลขอ ถ้าเช่นนั้นเราต้องทำสิ่งใดเพื่อจะมีความเชื่อฝ่ายวิญญาณ

ชาวนาหว่านเมล็ดพืชในฤดูเพาะปลูกและเกี่ยวพืชผลของตนในฤดูเก็บเกี่ยวฉันใด เราต้องหว่านเมล็ดแห่งความเชื่อเพื่อเราจะเก็บเกี่ยวผลของความเชื่อฝ่ายวิญญาณด้วยฉันนั้น

ตอนนี้ขอให้เราเจาะลึกถึงวิธีการหว่านเมล็ดแห่งความเชื่อผ่านคำอุปมาเรื่องผู้หว่านพืชที่หว่านเมล็ดพืชและเก็บเกี่ยวพืชผลของตนในทุ่งนา พระเยซูตรัสกับประชาชนเป็นคำอุปมาและพระ

องค์ไม่ได้ตรัสสิ่งใดกับเขาโดยไม่ใช้คำอุปมา (มัทธิว 13:34) สาเหตุก็เพราะว่าพระเจ้าทรงเป็นพระวิญญาณและเราซึ่งเป็นมนุษย์ที่ดำเนินชีวิตอยู่ในโลกกายภาพไม่สามารถเข้าใจมิติฝ่ายวิญญาณของพระเจ้าได้ เราจะเข้าใจน้ำพระทัยที่แท้จริงของพระเจ้าได้ก็ต่อเมื่อเราได้รับการสั่งสอนในเรื่องมิติฝ่ายวิญญาณด้วยคำอุปมาของโลกนี้เท่านั้น เพราะเหตุนี้ผมจะอธิบายถึงวิธีการหว่านเมล็ดแห่งความเชื่อให้ท่านทราบโดยใช้คำอุปมาเรื่องการทำไร่ทำนาเพื่อท่านจะมีความเชื่อฝ่ายวิญญาณ

การหว่านเมล็ดแห่งความเชื่อ

1) ท่านต้องเตรียมทุ่งนา

เหนือสิ่งอื่นใด ชาวนาต้องมีทุ่งนาเพื่อหว่านเมล็ดพืชของตน เพื่อทำให้ดินในทุ่งนาเหมาะสมกับการเพาะปลูก ชาวนาต้องใช้ปุ๋ย พลิกฟื้นผืนดิน เก็บกวาดก้อนหิน และทำให้ดินแข็งเป็นดินร่วนในขั้นตอนของการเพาะปลูกซึ่งรวมถึงการไถ การคราด และการขุดดิน เมล็ดพืชที่หว่านลงไปจะแตกหน่อและเกิดผลดีจะเก็บเกี่ยวได้ก็ต่อเมื่อชาวนาทำตามขั้นตอนเหล่านี้เท่านั้น

ในพระคัมภีร์พระเยซูทรงแนะนำให้เรารู้จักทุ่งนาสี่ชนิด ทุ่งนาหมายถึงจิตใจของมนุษย์ ชนิดแรกได้แก่ทุ่งนาที่เป็นดินตามทางเดินซึ่งเมื่อหว่านเมล็ดพืชลงไปแล้วเมล็ดนั้นก็ไม่เกิดผลเนื่องจากเป็นดินแข็ง ชนิดที่สองได้แก่ทุ่งนาที่เป็นดินซึ่งมีหินและเมื่อหว่านเมล็ดพืชลงไปแล้วเมล็ดนั้นก็เกิดผลเพียงเล็กน้อยหรือผลที่เกิดขึ้นมานั้นเติบโตได้ยากเนื่องจากในดินนั้นมีหินอยู่ ชนิดที่สามได้แก่ทุ่งนาที่เป็นดินซึ่งมีหนามปกคลุมและเมื่อหว่านเมล็ดพืชลงไปแล้วแม้เมล็ดพืชที่หว่านลงไปจะแตกหน่อแต่ก็ไม่เติบโตและไม่เกิดดอกออกผลเท่าที่ควรเพร

าะมีหนามปกคลุมต้นพืชนั้นเอาไว้ ชนิดสุดท้ายได้แก่ทุ่งนาที่เป็นดินดีซึ่งเมื่อหว่านเมล็ดพืชลงไปแล้วเมล็ดพืชนั้นก็แตกหน่อผลิดอก และออกผลได้อย่างบริบูรณ์

ในทำนองเดียวกัน ทุ่งนาแห่งจิตใจของมนุษย์ก็ถูกแบ่งออกเป็นสี่ชนิดเช่นกัน ชนิดแรกได้แก่จิตใจที่เป็นเหมือนดินตามทางเดินซึ่งไม่สามารถเข้าใจพระคำของพระเจ้าได้ ชนิดที่สองได้แก่จิตใจที่เป็นเหมือนดินซึ่งมีหินซึ่งเขารับเอาพระคำของพระเจ้าแต่พระคำนั้นก็หล่นหายไปเมื่อมีการทดลองและการข่มเหงเกิดขึ้น ชนิดที่สามได้แก่จิตใจที่เป็นเหมือนดินซึ่งมีหนามปกคลุมและพระคำของพระเจ้าที่ตกลงไปในดินชนิดนี้จะไม่เกิดผลเนื่องจากความวิตกกังวลของโลกและการล่อลวงของทรัพย์สินเงินทองปกคลุมพระคำของพระเจ้าเอาไว้และทำให้พระคำนั้นไม่เกิดผล ชนิดสุดท้ายได้แก่จิตใจที่เป็นเหมือนดินดีซึ่งเข้าใจพระคำของพระเจ้าและเกิดผลอย่างบริบูรณ์ แต่ไม่ว่าจิตใจของท่านจะเป็นเหมือนดินชนิดใดก็ตาม ถ้าท่านเตรียมและชำระจิตใจของท่านให้สะอาดเหมือนที่ชาวนาตรากตรำทำงานหนักในทุ่งนาของตน ทุ่งนาแห่งจิตใจของท่านก็สามารถเป็นดินดีได้ ถ้าทุ่งนาแห่งจิตใจของท่านเป็นเหมือนดินดาน ท่านต้องเปลี่ยนให้เป็นดินร่วน ถ้าดินนั้นมีหิน ท่านต้องเก็บหินออกไป ถ้าดินนั้นมีหนามปกคลุม ท่านต้องกำจัดหนามทิ้งไป จากนั้นท่านต้องทำให้ดินนั้นเป็นดินดีด้วยการใส่ปุ๋ยลงไป

ถ้าชาวนาเกียจคร้าน เขาก็ไม่สามารถเตรียมดินในทุ่งนาและทำให้เป็นดินดี แต่ถ้าชาวนามีความขยันเขาจะทุ่มเทอย่างสุดกำลังรื้อฟื้นและเตรียมทุ่งนาให้เป็นดินดี เมื่อทุ่งนาเปลี่ยนเป็นดินดี ดินนั้นก็จะทำให้พืชที่หว่านลงไปเกิดผลอย่างบริบูรณ์

ถ้าท่านมีความเชื่อ ท่านจะพยายามอย่างสุดกำลังเพื่อเปลี่ยนแปลงจิตใจของตนให้เป็นดินดีด้วยความพากเพียรและการตรากตรำทำงานหนัก จากนั้น เพื่อให้ท่านเข้าใจพระคำของพระเจ้า ท่านจงเตรียมจิตใจของตนให้เป็นดินดีและเพื่อให้เกิดผลอย่างมาก ท่านจำเป็นต้องต่อสู้และกำจัดความบาปทิ้งไปจนถึงเลือดไหล ดังนั้น ด้วยการกำจัดความบาปและความชั่วทิ้งไปอย่างขยันหมั่นเพียรตามพระคำของพระเจ้าที่สั่งให้เราละทิ้งความชั่วร้ายทุกรูปแบบ ท่านก็สามารถกำจัดหินและวัชพืชออกไปจากจิตใจของท่านและเปลี่ยนจิตใจนั้นให้เป็นดินดี

ชาวนาตรากตรำทำงานหนักด้วยความขยันหมั่นเพียรเพราะเขาเชื่อว่าเขาจะเก็บเกี่ยวผลที่บริบูรณ์ถ้าเขาไถ คราด และขุดดินและเปลี่ยนดินในทุ่งนาให้เป็นดินดี ในทำนองเดียวกัน ผมหวังว่าท่านจะเชื่อว่าถ้าท่านเตรียมและเปลี่ยนทุ่งนาแห่งจิตใจของท่านให้เป็นดินดี ท่านจะอยู่ในความรักของพระเจ้า ได้รับการทรงนำไปสู่ความสำเร็จและความมั่งคั่งและเข้าสู่ที่อยู่อาศัยที่ดีกว่าในแผ่นดินสวรรค์ ท่านต้องต่อสู้และกำจัดความบาปของทิ้งไปจนถึงเลือดไหล จากนั้นจงปลูกเมล็ดของความเชื่อฝ่ายวิญญาณลงไปในจิตใจของท่านและท่านจะเกิดผลอย่างมาก

2) เมล็ดพืชมีความจำเป็น

หลังจากเตรียมดินในทุ่งนาแล้ว ท่านต้องหว่านเมล็ดพืชและช่วยให้เมล็ดพืชแตกหน่อ ชาวนาหว่านเมล็ดพืชหลายชนิดและเก็บเกี่ยวพืชผลนานาชนิดอย่างบริบูรณ์ อาทิ เช่น กะหล่ำปลี ผักกาดหอม ฟักทอง ถั่วเขียว ถั่วแดง และพืชชนิดอื่น ๆ

ในทำนองเดียวกัน เราต้องหว่านเมล็ดหลายชนิดลงไปในทุ่งนาแห่งจิตใจของเรา พระคำของพระเจ้าบอกให้เราชื่นบานอยู่เสมอ อธิษฐานโดยไม่หยุดหย่อน ขอบพระคุณสำหรับทุกสิ่ง

ถวายสิบลดอย่างครบถ้วน รักษาวันขององค์พระผู้เป็นเจ้าให้บริสุทธิ์ และรักซึ่งกันและกัน เมื่อพระคำของพระเจ้าเหล่านี้ถูกปลูกลงไปในจิตใจของท่าน พระคำเหล่านี้จะแตกหน่อ ผลิดอกออกใบ และเติบโตขึ้นพร้อมกับออกผลฝ่ายวิญญาณ ท่านจะสามารถดำเนินชีวิตด้วยพระคำของพระเจ้าและมีความเชื่อฝ่ายวิญญาณ

3) น้ำและแสงอาทิตย์มีความจำเป็น

เพื่อให้ชาวนาได้เก็บเกี่ยวผลพืชอย่างอุดมสมบูรณ์ การเตรียมดินในทุ่งนาและการเตรียมเมล็ดพันธุ์พืชอย่างเดียวยังไม่เพียงพอ น้ำและแสงอาทิตย์เป็นสิ่งที่จำเป็นเช่นกัน เมล็ดพืชจะแตกหน่อและเติบโตได้ดีเมื่อได้รับน้ำและแสงอาทิตย์เท่านั้น

น้ำแสดงถึงอะไร

พระเยซูตรัสไว้ในยอห์น 4:4 ว่า "แต่ผู้ใดที่ดื่มน้ำซึ่งเราจะให้แก่เขานั้นจะไม่กระหายอีกเลย แต่น้ำซึ่งเราจะให้เขานั้นจะบังเกิดเป็นบ่อน้ำพุในตัวเขาพลุ่งขึ้นถึงชีวิตนิรันดร์" ในฝ่ายวิญญาณน้ำหมายถึง "น้ำที่พลุ่งขึ้นถึงชีวิตนิรันดร์" และน้ำนิรันดร์คือพระคำของพระเจ้าตามที่บันทึกไว้ในยอห์น 6:63 ที่ว่า "ถ้อยคำซึ่งเราได้กล่าวกับท่านทั้งหลายนั้น เป็นจิตวิญญาณและเป็นชีวิต" เพราะเหตุนี้พระเยซูจึงตรัสไว้ในยอห์น 6:53-55 ว่า "เราบอกความจริงแก่ท่านทั้งหลายว่า ถ้าท่านไม่กินเนื้อและดื่มโลหิตของบุตรมนุษย์ ท่านก็ไม่มีชีวิตในตัวท่าน ผู้ที่กินเนื้อและดื่มโลหิตของเราก็มีชีวิตนิรันดร์ และเราจะให้ผู้นั้นฟื้นขึ้นมาในวันสุดท้าย เพราะว่าเนื้อของเราเป็นอาหารแท้และโลหิตของเราก็เป็นของดื่มแท้" พระคัมภีร์ข้อเหล่านี้บอกให้รู้ว่าท่านจะเข้าสู่หนทางแห่งชีวิตนิรันดร์และมีความเชื่อฝ่ายวิญญาณได้ก็ต่อเมื่อท่านอ่าน ฟัง และใ

คร่ครวญพระคำของพระเจ้าอย่างขยันหมั่นเพียรและอธิษฐานด้วยพระคำนั้นอย่างร้อนรนเท่านั้น

แสงอาทิตย์หมายถึงอะไร

แสงอาทิตย์จะทำให้เมล็ดพืชแตกหน่อและเติบโตได้ดี ในทำนองเดียวกัน ถ้าพระคำของพระเจ้าเข้าไปสู่จิตใจของท่าน พระคำซึ่งเป็นแสงสว่างจะขับไล่ความมืดออกไปจากจิตใจของท่าน พระคำจะชำระจิตใจของท่านให้สะอาดบริสุทธิ์และเปลี่ยนจิตใจของท่านเป็นดินดี ดังนั้น ยิ่งแสงสว่างแห่งความจริงเติมเต็มอยู่ในจิตใจของท่านมากเท่าใด ท่านก็จะมีความเชื่อฝ่ายวิญญาณมากขึ้นเท่านั้น

จากคำอุปมาของการหว่านพืชเราได้เรียนรู้ว่าเราต้องเตรียมทุ่งนาแห่งจิตใจของเรา เตรียมเมล็ดพืชที่ดี และจัดเตรียมน้ำและแสงอาทิตย์ที่เหมาะสมเอาไว้เมื่อเมล็ดแห่งความเชื่อถูกปลูกลงไป ต่อไปขอให้เราพิจารณาดูว่าเราจะปลูกเมล็ดแห่งความเชื่อและทำให้เมล็ดแห่งความเชื่อนี้เติบโตขึ้นได้อย่างไร

เราจะปลูกเมล็ดแห่งความเชื่อและทำให้เมล็ดแห่งความเชื่อเติบโตได้อย่างไร

1) ประการแรก ท่านต้องหว่านเมล็ดแห่งความเชื่อตามวิธีการของพระเจ้า

ชาวนาหว่านเมล็ดพืชด้วยวิธีการที่แตกต่างกันออกไปตามชนิดของเมล็ดพืชที่เขาหว่าน เขาปลูกเมล็ดพืชบางชนิดลึกลงไปในดินในขณะที่บางชนิดจะถูกปลูกไว้ใต้หน้าดินเพียงเล็กน้อย ในทำนองเดียวกัน ท่านต้องมีวิธีการที่แตกต่างกันในการหว่านเมล็ดแห่งความเชื่อด้วยพระคำของพระเจ้า ยกตัวอย่างเมื่อท่านหว่านคำอธิษฐาน ท่านต้องร้องทูลออกมาด้วยหัวใจอย่า

งแท้จริงและคุกเข่าลงเป็นประจำตามที่ระบุไว้ในพระคำของพระเจ้า ท่านจะได้รับคำตอบจากพระเจ้าได้ก็ต่อเมื่อท่านกระทำเช่นนั้นแล้วเท่านั้น (ลูกา 22:39-46)

2) ประการที่สอง ท่านต้องหว่านด้วยความเชื่อ

ชาวนาที่ขยันหมั่นเพียรและเอาจริงเอาจังเมื่อเขาหว่านเมล็ดพืช (เพราะเขาเชื่อและหวังว่าวันหนึ่งเขาจะได้เก็บเกี่ยว) ฉันใด ท่านต้องหว่านเมล็ดแห่งความเชื่อ (ซึ่งได้แก่พระคำของพระเจ้า) ด้วยความยินดีและความหวังว่าพระเจ้าทรงอนุญาตให้ท่านเก็บเกี่ยวผลอย่างบริบูรณ์ด้วยฉันนั้น ดังนั้น พระองค์จึงทรงหนุนใจเราใน 2 โครินธ์ 9:6-7 ว่า "นี่แหละคนที่หว่านเพียงเล็กน้อยก็จะเกี่ยวเก็บได้เพียงเล็กน้อย คนที่หว่านมากก็จะเกี่ยวเก็บได้มากทุกคนจงให้ตามที่เขาได้คิดหมายไว้ในใจ มิใช่ให้ด้วยนึกเสียดาย มิใช่ให้ด้วยการฝืนใจ เพราะว่าพระเจ้าทรงรักคนนั้นที่ให้ด้วยใจยินดี"

กฎของโลกนี้และกฎฝ่ายวิญญาณก็คือ "ท่านหว่านสิ่งใดลงไปท่านก็จะเก็บเกี่ยวสิ่งนั้น" ดังนั้น ยิ่งความเชื่อของท่านเติบโตมากขึ้นเท่าใด ทุ่งนาแห่งจิตใจของท่านก็จะมีสภาพดีขึ้นเท่านั้น เมื่อท่านหว่านมากท่านก็จะเก็บมาก ด้วยเหตุนี้ ไม่ว่าท่านจะหว่านเมล็ดชนิดใดลงไปก็ตาม ท่านต้องหว่านด้วยความเชื่อ การขอบพระคุณ และความชื่นชมยินดีเพื่อท่านจะเก็บเกี่ยวผลอย่างบริบูรณ์

3) ประการที่สาม ท่านต้องดูแลเมล็ดที่แตกหน่อเป็นอย่างดี

หลังจากชาวนาเตรียมผืนดินและหว่านเมล็ดพืชลงไปแล้ว เขาต้องให้น้ำกับพืชให้เหมาะสมกับฤดูกาล การป้องกันหนอนและแมลงไม่ให้มาทำลายพืชนั้นด้วยการฉีดยาฆ่าแมลง

ใส่ปุ๋ยอย่างต่อเนื่อง และถอนวัชพืชทิ้งไป ไม่เช่นนั้นพืชจะเหี่ยวแห้งและไม่เจริญเติบโต เมื่อพระคำของพระเจ้าถูกหว่านลงไป พระคำนั้นต้องได้รับการดูแลเอาใจใส่เพื่อป้องกันไม่ให้มารซาตานเข้ามาใกล้ เราต้องดูแลเอาใจใส่พระคำด้วยการอธิษฐานอย่างร้อนรน ยึดมั่นในพระคำนั้นด้วยความชื่นบานและการขอบพระคุณ เข้าร่วมนมัสการ แบ่งปันในการร่วมสามัคคีธรรมกับพี่น้องคริสเตียน อ่านและฟังพระคำของพระเจ้า และปรนนิบัติรับใช้ จากนั้นเมล็ดที่หว่านลงไปก็จะแตกหน่อ ผลิดอกออกใบ และเกิดผล

ขั้นตอนของการผลิดอกออกใบและการเกิดผล

เว้นแต่ชาวนาจะเอาใจใส่ดูแลเมล็ดพืชหลังจากที่เขาหว่านเมล็ดเหล่านั้นลงไป หนอนจะกัดกินเมล็ดพืช วัชพืชจะงอกขึ้นและปกคลุมไม่ให้เมล็ดเหล่านั้นเจริญเติบโตและเกิดดอกออกผล ชาวนาไม่ควรเมื่อยล้าในการทำงาน แต่เขาต้องเอาใจใส่ดูแลพืชของตนด้วยความอดทนจนกว่าเขาจะเก็บเกี่ยวผลอย่าง บริบูรณ์ เมื่อถึงเวลาที่เหมาะสม เมล็ดพืชจะเติบโต ผลิดอก และออกผลในที่สุดโดยผ่านตัวผึ้งและผีเสื้อ เมื่อผลสุกเต็มขนาด ชาวนาจะเก็บเกี่ยวผลนั้นด้วยความชื่นชมยินดี ลองคิดดูซิว่าชาวนาจะชื่นบานเพียงใดที่แรงงานและความอดทนของเขานำมาซึ่งการเก็บเกี่ยวผลอย่างมีคุณค่าและบริบูรณ์เป็นร้อยเท่า หกสิบเท่า หรือสามสิบเท่าจากสิ่งที่เขาได้หว่านลงไป

1) ประการแรก ดอกไม้ฝ่ายวิญญาณเบ่งบาน

การพูดว่า "เมล็ดแห่งความเชื่อเจริญเติบโตและผลิดอกฝ่ายวิญญาณ" หมายถึงอะไร ถ้าดอกไม้เบ่งบาน ดอกไม้นั้นก็จะให้กลิ่นหอม และกลิ่นหอมนั้นจะดึงดูดเอาตัวผึ้งและผีเสื้อเข้ามา ในทำนองเดียวกัน เมื่อเราหว่านเมล็ดแห่งพระ

คำของพระเจ้าลงไปในทุ่งนาแห่งจิตใจของเราและเมล็ดเหล่านั้นได้รับการเอาใจใส่ดูแล เราจะสามารถผลิดอกฝ่ายวิญญาณและกระจายกลิ่นหอมของพระคริสต์ออกไปได้ตามขนาดของการที่เราดำเนินชีวิตตามพระคำของพระเจ้า นอกจากนั้นเรายังสามารถทำหน้าที่ของการเป็นความสว่างและเกลือของแผ่นดินโลกเช่นกันเพื่อว่าผู้คนจำนวนมากจะเห็นการดีที่เราได้ทำและถวายเกียรติแด่พระบิดาของเราในสวรรค์ (มัทธิว 5:16)

ถ้าท่านส่งกลิ่นหอมของพระคริสต์ออกไป ผีมารซาตานจะถูกขับออกไปและท่านจะสามารถถวายเกียรติแด่พระเจ้าในบ้าน ในธุรกิจ และในที่ทำงานของท่าน ไม่ว่าท่านกินหรือดื่มหรือไม่ว่าท่านจะทำสิ่งใดก็ตาม ท่านสามารถถวายเกียรติแด่พระเจ้า ผลลัพธ์ก็คือ ท่านจะเกิดผลในการประกาศพระกิตติคุณ ทำให้แผ่นดินและความชอบธรรมของพระเจ้าสำเร็จ และเปลี่ยนเป็นมนุษย์ฝ่ายวิญญาณด้วยการเตรียมทุ่งนาแห่งจิตใจของท่านและทำให้ทุ่งนานั้นเป็นดินดี

2) ประการที่สอง ดอกไม้กลายเป็นผลและสุกเต็มขนาด

หลังจากดอกไม้เบ่งบานแล้วผลก็เริ่มเกิดขึ้นและเมื่อผลสุกเต็มขนาด ชาวนาก็เริ่มเก็บเกี่ยวผลเหล่านั้น ถ้าเราประยุกต์ใช้อุปมาเรื่องนี้กับความเชื่อของเรา เราจะออกผลชนิดใด เราสามารถออกผลของพระวิญญาณบริสุทธิ์ หลายชนิดซึ่งรวมถึงผลทั้งเก้าอย่างของพระวิญญาณบริสุทธิ์ตามที่บันทึกไว้ในกาลาเทีย 5:22-23 ผลของลักษณะของผู้เป็นสุขในมัทธิวบทที่ 5 และผลของความรักฝ่ายวิญญาณตามที่เขียนไว้ใน 1 โครินธ์บทที่ 13

โดยการอ่านพระคัมภีร์และการฟังพระคำของพระเจ้า เราสามารถสำรวจได้ว่าเราผลิดอกและออกผลหรือไม่และผลเหล่านั้นสุกเต็มขนาดเพียงใด เมื่อผลสุกเต็มขนาด เราก็สามารถเก็บเกี่ยวผล

เหล่านั้นได้ทุกเวลาและชื่นชมกับผลเหล่านั้นตามที่จำเป็น สดุดี 37:4 กล่าวว่า "จงปีติยินดีในพระเยโฮวาห์และพระองค์จะประทานตามใจปรารถนาของท่าน" สิ่งนี้คล้ายคลึงกับการมีเงินฝากจำนวนหลายหมื่นล้านบาทอยู่ในบัญชีธนาคารและการสามารถนำเงินนั้นออกมาใช้ได้ตามที่ผู้ฝากต้องการ

3) ประการสุดท้าย ท่านจะเก็บเกี่ยวตามที่ท่านได้หว่านลงไป

เมื่อฤดูกาลใดมาถึงก็ตาม ชาวนาจะเก็บเกี่ยวในสิ่งที่เขาหว่านลงไปและเขาจะกระทำเช่นนี้ทุกปี จำนวนที่เขาได้รับจากเก็บเกี่ยวจะแตกต่างกันออกไปโดยขึ้นอยู่กับปริมาณที่เขาได้หว่านเอาไว้และความสัตย์ซื่อและความกระตือรือร้นของเขาในการเอาใจใส่ดูแลเมล็ดพืชของตน

ถ้าท่านหว่านในเรื่องการอธิษฐาน วิญญาณจิตของท่านจะจำเริญขึ้น ถ้าท่านหว่านในเรื่องความจงรักภักดีและการรับใช้ ท่านจะมีพลานามัยสมบูรณ์ทั้งในฝ่ายร่างกายและในฝ่ายวิญญาณ ถ้าท่านหว่านในเรื่องการเงิน ท่านจะได้รับพระพรทางด้านการเงินและท่านสามารถช่วยเหลือคนยากจนด้วยเงินบริจาคของท่านอย่างมากตามที่ท่านต้องการ พระเจ้าทรงสัญญากับเราในกาลาเทีย 6:7 ว่า "อย่าหลงเลย ท่านจะหลอกลวงพระเจ้าไม่ได้ เพราะว่าผู้ใดหว่านอะไรลงก็จะเกี่ยวเก็บสิ่งนั้น"

หลายส่วนในพระคัมภีร์ยืนยันถึงพระสัญญาข้อนี้ของพระเจ้าโดยชี้ให้เห็นว่าคนที่หว่านจะเก็บเกี่ยวในสิ่งที่เขาหว่านลงไป ในบทที่ 17 ของหนังสือ 1 พงศ์กษัตริย์เป็นเรื่องราวของหญิงม่ายแห่งเมืองศาเรฟัท เนื่องจากไม่มีฝนตกลงมาบนแผ่นดินเป็นเวลานานและลำธารได้เหือดแห้ง หญิงม่ายคนนี้กับลูกชายของเธอจึงเผชิญกับกันดารอาหาร แต่เธอได้หว่านแป้งกำมือหนึ่งที่เหลื

ออยู่ถ้วยและน้ำมันเพียงเล็กน้อยที่เหลืออยู่ในไหเพื่อทำอาหารให้กับเอลียาห์คนของพระเจ้า ในช่วงเวลาที่อาหารมีคุณค่ามากยิ่งกว่าทองคำเช่นนั้นหญิงม่ายคนนั้นคงไม่สามารถกระทำเช่นนั้นได้ถ้าปราศจากความเชื่อ เธอเชื่อและพึ่งพิงในพระคำของพระเจ้าที่เอลียาห์ได้พยากรณ์เอาไว้และเธอได้หว่านด้วยความเชื่อ พระเจ้าทรงตอบแทนเธอด้วยพระพรอันน่าทึ่งเพราะความเชื่อของเธอ หญิงม่ายกับลูกชายของเธอมีอาหารรับประทานไปจนกระทั่งการกันดารอาหารอันยาวนานสิ้นสุดลง (1 พงศ์กษัตริย์ 17:8-16)

มาระโก 12:41-44 แนะนำให้เรารู้จักหญิงม่ายที่ยากจนคนหนึ่งซึ่งใส่เงินสองเหรียญทองแดงของเธอลงในตู้เก็บเงินถวายของพระวิหาร หญิงม่ายคนนั้นได้รับพระพรอย่างมากมายเมื่อพระเยซูทรงยกย่องการกระทำของเธอ

พระเจ้าได้ทรงตั้งกฎของมิติฝ่ายวิญญาณเอาไว้และกฎนี้ระบุว่าเราหว่านสิ่งใดลงไปเราก็จะเก็บเกี่ยวสิ่งนั้น แต่ผมขอวิงวอนท่านให้จดจำไว้ว่าถ้าท่านต้องการเก็บเกี่ยวในสิ่งที่ท่านไม่ได้หว่าน ท่านกำลังดูหมิ่นพระเจ้า ท่านต้องเชื่อว่าพระเจ้าจะทรงอนุญาตให้ท่านเกี่ยวร้อยเท่า หกสิบเท่า หรือสามสิบเท่าจากสิ่งที่ท่านได้หว่านลงไป

เราได้ศึกษาถึงวิธีการปลูกเมล็ดแห่งความเชื่อและวิธีการเอาใจใส่ดูแลเมล็ดนั้นเพื่อให้มีความเชื่อฝ่ายวิญญาณจากคำอุปมาเรื่องชาวนา ตอนนี้ผมหวังว่าท่านจะฟื้นฟูสภาพของดินในทุ่งนาแห่งจิตใจของท่านและทำให้เป็นดินดี จงหว่านเมล็ดแห่งความเชื่อและจงฟูมฟักเมล็ดนั้น ดังนั้น ท่านต้องหว่านให้มากที่สุดเท่าที่จะทำได้และเอาใจใส่ดูแลด้วยความเชื่อ ความหวัง และความอดทน เพื่อท่านจะได้รับพระพรร้อยเท่า หกสิบเท่า หรือสามสิบเท่า เมื่อถึงเวลาที่เหมาะสมท่านจะเก็บเกี่ยวผลอย่างบริบูรณ์และถวายเกียรติแด่พระเจ้า

ขอให้ท่านแต่ละคนเชื่อในทุกถ้อยคำของพระคัมภีร์และหว่านเมล็ดแห่งความเชื่อตามคำสอนของพระคำของพระเจ้าเพื่อท่านจะเกิดผลอย่างบริบูรณ์ ถวายเกียรติแด่พระเจ้าและชื่นชมกับพระพรนานาประการ

บทที่ 5

"ถ้าท่านเชื่อได้ ใครเชื่อก็ทำให้ได้ทุกสิ่ง"

พระองค์จึงตรัสถามบิดานั้นว่า "เป็นอย่างนี้มานานสักเท่าไร" บิดาทูลตอบว่า "ตั้งแต่เป็นเด็กเล็ก ๆ มาและผีก็ทำให้เด็กตกในไฟและในน้ำบ่อยๆหมายจะฆ่าเสียให้ตาย แต่ถ้าพระองค์สามารถทำได้ ขอโปรดกรุณาและช่วยเราเถิด" พระเยซูจึงตรัสแก่บิดานั้นว่า "ถ้าท่านเชื่อได้ ใครเชื่อก็ทำให้ได้ทุกสิ่ง" ทันใดนั้น บิดาของเด็กก็ร้องทูลด้วยน้ำตาไหลว่า "ข้าพระองค์เชื่อ พระองค์เจ้าข้า ที่ข้าพระองค์ยังขาดความเชื่อนั้น ขอพระองค์ทรงโปรดช่วยให้เชื่อเถิด" เมื่อพระเยซูทอดพระเนตรเห็นประชาชนกำลังวิ่งเข้ามา พระองค์ตรัสสำทับผีโสโครกนั้นว่า "อ้ายผีใบ้หูหนวก เราสั่งเจ้าให้ออกมาจากเขา อย่าได้กลับเข้าสิงเขาอีกเลย" ผีนั้นจึงร้องอื้ออึงทำให้เด็กนั้นชักดิ้นเป็นอันมาก แล้วก็ออกมา เด็กนั้นก็แน่นิ่งเหมือนคนตาย จนมีหลายคนกล่าวว่า "เขาตายแล้ว" แต่พระเยซูทรงจับมือพยุงเด็กนั้น เด็กนั้นก็ยืนขึ้น

มาระโก 9:21-27

มนุษย์สำสมประสบการณ์ชีวิตของตนไว้ผ่านความประทับใจต่อทุกสิ่งที่พบซึ่งรวมถึงความดีใจ ความเสียใจ และความเจ็บปวด บางครั้งหลายคนพบและทนทุกข์อยู่กับปัญหาที่รุนแรงมากจนเขาไม่สามารถแก้ไขปัญหาเหล่านั้นได้ด้วยน้ำตา ความอดกลั้น หรือความช่วยเหลือจากคนอื่น

ปัญหาที่รุนแรงเหล่านี้ได้แก่ปัญหาเกี่ยวกับโรคภัยไข้เจ็บซึ่งวิทยาศาสตร์การแพทย์สมัยใหม่ไม่สามารถรักษาให้หายได้ ปัญหาทางจิตที่เกิดจากความเครียดของชีวิตซึ่งไม่มีหลักปรัชญาหรือหลักจิตวิทยาชนิดใดสามารถแก้ไข ปัญหาครอบครัวและปัญหาเรื่องลูกซึ่งไม่สามารถเยียวยาได้ด้วยทรัพย์สินเงินทองมหาศาล ปัญหาทางธุรกิจและปัญหาทางการเงินไม่มีวิธีการหรือความพยายามใดสามารถตอบสนองได้ และปัญหาอื่น ๆ อีกมากมาย ใครสามารถแก้ปัญหาต่าง ๆ เหล่านี้ได้

ในมาระโก 9:21-27 เราเห็นถึงการสนทนากันระหว่างพระเยซูกับบิดาของเด็กที่ถูกผีสิง เด็กทนทุกข์ทรมานจากอาการเป็นใบ้-หูหนวกและลมชัก บ่อยครั้งเด็กคนนี้ตกลงไปในน้ำและในกองไฟเพราะถูกผีเข้าสิง เมื่อใดก็ตามที่ผีร้ายเข้าสิงเขาเด็กคนนี้จะล้มฟาดลงที่พื้น มีน้ำลายฟูมปาก ขบเขี้ยวเคี้ยวฟัน และมีร่างกายแข็งทื่อ

ตอนนี้ขอให้เราพิจารณาดูว่าบิดาคนนี้ได้รับทางออกต่อปัญหานี้จากพระเยซูอย่างไร

พระเยซูทรงต่อว่าบิดาต่อความไม่เชื่อของเขา

เด็กคนนี้หูหนวกและเป็นใบ้มาตั้งแต่เกิด เขาไม่ได้ยินคนอื่นพูดและมีความยากลำบากในการทำให้คนอื่นเข้าใจเขา บ่อยครั้งเขาทนทุกข์กับโรคลมชักและมีอาการตัวเกร็ง เพราะเหตุนี้ บิดาของเขาจึงมีชีวิตอยู่ในความทุกข์ทรมานและความวิตกกังวลโดยไม่มีความหวังใดในชีวิต

ในขณะนั้นบิดาของเขาได้ยินข่าวเกี่ยวกับพระเยซูผู้ทรงทำให้คนตายเป็นขึ้นมา รักษาโรคนานาชนิดให้หาย เปิดตาคนตาบอดให้มองเห็น และทรงกระทำการอัศจรรย์มากมาย ข่าวคราวเรื่องนี้ได้สร้างให้เกิดความหวังขึ้นในจิตใจของบิดา เขาคิดในใจว่า "ถ้าพระเยซูมีฤทธิ์อำนาจแบบเดียวกันกับที่เราเคยได้ยิน พระองค์คงสามารถรักษาลูกชายของเราให้หายจากโรคทั้งสิ้นของเขา" เขาหวังว่าลูกชายของเขาจะมีโอกาสได้รับการรักษาให้หาย ด้วยความคาดหวังนี้บิดาคนนั้นจึงนำบุตรชายของตนมาหาพระเยซูและทูลกับพระองค์ว่า "ถ้าพระองค์สามารถทำได้ ขอโปรดกรุณาและช่วยเราเถิด"

เมื่อพระเยซูได้ยินเขาพูดเช่นนั้นพระองค์จึงทรงต่อว่าความไม่เชื่อของเขาว่า "ถ้าท่านเชื่อได้ [ถ้าสามารถทำได้นะหรือ] ใครเชื่อก็ทำให้ได้ทุกสิ่ง" บิดาคนนั้นได้ยินเกี่ยวกับพระเยซู แต่เขาไม่ได้เชื่อในพระองค์จากส่วนลึกในจิตใจของเขา

ถ้าบิดาคนนั้นเชื่อว่าพระเยซูทรงเป็นพระบุตรของพระเจ้าและทรงเป็นพระเจ้าผู้ยิ่งใหญ่ซึ่งไม่มีสิ่งใดเป็นไปไม่ได้สำหรับพระองค์และเชื่อความจริงเกี่ยวกับพระองค์ เขาคงไม่มีวันทูลกับพระองค์ว่า "ถ้าพระองค์สามารถทำได้ ขอโปรดกรุณาและช่วยเราเถิด"

ถ้าไม่มีความเชื่อก็จะเป็นที่พอพระทัยพระเจ้าไม่ได้และถ้าปราศจากความเชื่อฝ่ายวิญญาณก็เป็นไปไม่ได้ที่จะได้รับคำตอบ เพื่อให้บิดาคนนั้นตระหนักถึงความจริงข้อนี้พระเยซูจึงตรัสกับเขาว่า "ถ้าท่านเชื่อได้ [ถ้าสามารถทำได้นะหรือ]" และทรงต่อว่าเขาที่เขาไม่เชื่ออย่างสมบูรณ์

วิธีการมีความเชื่อที่สมบูรณ์
เมื่อท่านเชื่อในสิ่งที่มองไม่เห็นความเชื่อของท่านก็จะได้

รับการยอมรับจากพระเจ้าและความเชื่อของท่านจะถูกเรียกว่า "ความเชื่อฝ่ายวิญญาณ" "ความเชื่อที่แท้จริง" หรือ "ความเชื่อที่ประกอบด้วยการประพฤติ" ความเชื่อชนิดนี้จะทำให้ท่านเชื่อว่าสิ่งสารพัดถูกสร้างขึ้นจากความว่างเปล่า ทั้งนี้ก็เพราะว่าความเชื่อคือความแน่ใจในสิ่งที่เราหวังไว้ เป็นหลักฐานมั่นใจว่าสิ่งที่ยังไม่ได้เห็นนั้นมีจริง (ฮีบรู 11:1-3)

ท่านต้องเชื่อในหนทางแห่งไม้กางเขน การคืนพระชนม์ การเสด็จกลับมาขององค์พระผู้เป็นเจ้า การทรงสร้างของพระเจ้า และการอัศจรรย์ต่าง ๆ ด้วยจิตใจของท่าน เมื่อท่านเชื่อเช่นนี้แล้วเท่านั้นท่านจึงจะมีความเชื่อที่สมบูรณ์ เมื่อท่านประกาศถึงความเชื่อด้วยริมฝีปากของตน สิ่งนี้ก็เป็นความเชื่อที่แท้จริง

เงื่อนไข 3 ประการของการมีความเชื่อที่สมบูรณ์

ประการแรก อุปสรรคของความบาปที่ต่อสู้กับพระเจ้าต้องถูกทำลาย ถ้าท่านพบว่าตนเองมีอุปสรรคในเรื่องความบาป ท่านต้องทำลายอุปสรรคดังกล่าวด้วยการกลับใจจากบาปเหล่านั้น นอกจากนั้น ท่านต้องต่อสู้กับบาปจนถึงเลือดไหลและหลีกเลี่ยงความชั่วร้ายทุกรูปแบบเพื่อจะไม่ทำบาปชนิดใดเลย ถ้าท่านเกลียดชังความบาปจนถึงขนาดว่าท่านรู้สึกเป็นทุกข์เพียงแค่ท่านคิดถึงบาปและรู้สึกเขินอายและวิตกกังวลเมื่อมองเห็นความบาป ท่านจะกล้าทำบาปได้อย่างไร ท่านจะสามารถสื่อสารกับพระเจ้าและมีความเชื่อที่สมบูรณ์แทนที่ท่านจะดำเนินชีวิตอยู่ในความบาป

ประการที่สอง ท่านต้องทำตามน้ำพระทัยของพระเจ้า เพื่อทำตามน้ำพระทัยของพระเจ้า อันดับแรก ท่านต้องเข้าใจอย่างชัดเจนว่าอะไรคือน้ำพระทัยของพระเจ้า จากนั้น ไม่ว่าท่านจะต้องการสิ่งใดก็ตาม ถ้าสิ่งนั้นไม่ใช่น้ำพระทัยของพระเจ้า ท่านต้องไม่ควรทำสิ่งนั้น ในทางตรงกันข้าม

ไม่ว่าอะไรก็ตามที่ท่านไม่อยากทำ แต่ถ้าสิ่งนั้นเป็นน้ำพระทัยของพระเจ้า ท่านต้องทำสิ่งนั้น เมื่อท่านทำตามน้ำพระทัยของพระเจ้าด้วยสิ้นสุดใจ สิ้นสุดกำลัง สิ้นสุดสติปัญญาและด้วยความจริงใจ พระองค์จะประทานความเชื่อที่สมบูรณ์ให้กับท่าน

ประการที่สาม ท่านต้องทำให้พระเจ้าพอพระทัยด้วยความรักที่มีต่อพระองค์ ถ้าท่านทำสิ่งสารพัดเพื่อพระเกียรติของพระเจ้าไม่ว่าในยามที่ท่านกินหรือดื่มหรือไม่ว่าสิ่งใดก็ตาที่ท่านทำและถ้าท่านเป็นที่พอพระทัยของพระเจ้าแม้กระทั่งด้วยการเสียสละตัวท่านเอง ท่านจะมีความเชื่อฝ่ายวิญญาณที่สมบูรณ์อย่างแน่นอน ความเชื่อชนิดนี้เองที่ทำให้สิ่งที่เป็นไปไม่ได้สามารถเป็นไปได้ ด้วยความเชื่อที่สมบูรณ์นี้ท่านไม่เพียงแต่จะเชื่อเฉพาะในสิ่งที่มองเห็นและเป็นไปได้ด้วยกำลังของท่านเท่านั้น แต่ท่านยังสามารถเชื่อในสิ่งที่มองไม่เห็นและเป็นไปไม่ได้ด้วยความสามารถของมนุษย์เช่นกัน ดังนั้น เมื่อท่านประกาศถึงความเชื่อที่สมบูรณ์นี้ ทุกสิ่งที่เป็นไม่ได้ก็จะเป็นไปได้

เพราะเหตุนี้ สิ่งที่กล่าวไว้ในพระคำของพระเจ้าที่ว่า "ถ้าท่านเชื่อได้ ใครเชื่อก็ทำให้ได้ทุกสิ่ง" จะสำเร็จเป็นจริงในชีวิตของท่านและท่านจะถวายเกียรติแด่พระองค์ในทุกสิ่งที่ท่านทำ

ไม่มีอะไรเป็นไปไม่ได้สำหรับคนที่เชื่อ

เมื่อพระเจ้าทรงประทานความเชื่อที่สมบูรณ์ให้กับท่านก็ไม่มีอะไรเป็นไปไม่ได้สำหรับท่านและท่านจะได้รับคำตอบต่อปัญหาทุกชนิด ท่านจะสามารถมีประสบการณ์กับฤทธิ์อำนาจของพระเจ้าผู้ทรงทำให้สิ่งที่เป็นไปไม่ได้เป็นไปได้ในด้านใดบ้าง ขอให้เราพิจารณาดู 3 ด้าน

ด้านแรกได้แก่ปัญหาเกี่ยวกับโรคภัยไข้เจ็บ

สมมุติว่าท่านล้มป่วยเพราะติดเชื้อไวรัสหรือเชื้อแบคทีเรีย ถ้าท่านสำแดงออกถึงความเชื่อและเต็มล้นด้วยพระวิญญาณบริสุทธิ์ ไฟของพระวิญญาณบริสุทธิ์จะเผาผลาญโรคเหล่านั้นและท่านจะหายโรค กล่าวโดยละเอียดก็คือถ้าท่านกลับใจจากบาปของท่านและหันไปจากบาปเหล่านั้น ท่านก็จะได้รับการรักษาให้หายผ่านคำอธิษฐาน ถ้าท่านเป็นผู้ที่เพิ่งเริ่มต้นในความเชื่อ ท่านต้องเปิดจิตใจของตนออกและฟังพระคำของพระเจ้าจนกว่าท่านจะสามารถสำแดงออกถึงความเชื่อของตน

ต่อไป ถ้าท่านป่วยเป็นโรคร้ายแรงที่ไม่สามารถรักษาให้หายด้วยการรักษาของแพทย์ ท่านต้องสำแดงหลักฐานของความเชื่ออันยิ่งใหญ่ ท่านจะได้รับการรักษาให้หายจากโรคดังกล่าวนั้นได้ก็ต่อเมื่อท่านกลับใจจากบาปอย่างสิ้นเชิงด้วยการฉีกหัวใจของท่านออกและยึดมั่นอยู่กับพระเจ้าผ่านการร้องไห้อธิษฐานเท่านั้น แต่คนที่มีความเชื่ออ่อนแอหรือคนที่เพิ่งเริ่มต้นเข้าร่วมนมัสการในคริสตจักรจะไม่ได้รับการรักษาจนกว่าพระเจ้าจะประทานความเชื่อฝ่ายวิญญาณให้กับเขา เมื่อความเชื่อดังกล่าวเริ่มเกิดขึ้นกับเขา การรักษาก็จะบังเกิดขึ้นทีละเล็กทีละน้อย

สุดท้าย ความพิการและความผิดปกติฝ่ายร่างกาย อาการง่อยเปลี้ย อาการหูหนวก ความจำกัดทางสมองและทางร่างกาย และปัญหาต่าง ๆ ทางด้านพันธุกรรมจะไม่ได้รับการฟื้นฟูสภาพขึ้นใหม่ถ้าปราศจากฤทธิ์อำนาจของพระเจ้า คนที่มีอาการเหล่านี้ต้องสำแดงออกถึงความจริงใจของตนต่อพระพักตร์พระเจ้าและแสดงให้เห็นถึงหลักฐานของความเชื่อที่จะรักและทำให้พระองค์พอพระทัยเพื่อว่าเขาจะได้รับการยอมรับจากพระเจ้า จากนั้นการรักษาก็จะบังเกิดขึ้นกับเขาโดยผ่านฤทธิ์อำนาจของพระเจ้า

การรักษาจะเกิดขึ้นกับคนเหล่านี้ได้ก็ต่อเมื่อเขาสำแดงให้เห็นถึงการกระทำแห่งความเชื่อเหมือนดังที่บารทิเมอัสคนขอทานตาบอดได้ร้องทูลพระเยซู (มาระโก 10:46-52) นายร้อยที่สำแดงถึงความเชื่ออันยิ่งใหญ่ของตน (มัทธิว 8:6-13) และคนง่อยพร้อมกับเพื่อนทั้งสี่คนของเขาที่แสดงหลักฐานของความเชื่อของตนต่อพระพักตร์พระเยซู (มาระโก 2:3-12)

ด้านที่สองได้แก่ปัญหาเกี่ยวกับการเงิน

ถ้าท่านพยายามที่จะแก้ปัญหาเกี่ยวกับการเงินด้วยความรู้ วิธีการ และประสบการณ์ของท่านโดยปราศจากความช่วยเหลือของพระเจ้า ปัญหานั้นก็จะได้รับการแก้ไขตามความสามารถและความพยายามของท่านเท่านั้น แต่ถ้าท่านละทิ้งความบาปทำตามน้ำพระทัยของพระเจ้า และมอบปัญหาของท่านไว้กับพระเจ้าโดยเชื่อว่าพระเจ้าจะนำท่านไปในวิถีของพระองค์ จากนั้นวิญญาณจิตของท่านจะจำเริญขึ้น ท่านจะจำเริญสุขทุกประการ และท่านจะมีพลานามัยสมบูรณ์ นอกจากนี้ เพราะท่านดำเนินอยู่ในพระวิญญาณบริสุทธิ์ ท่านจะได้รับพระพรจากพระเจ้าเช่นกัน

ยาโคบเคยทำตามแนวทางและสติปัญญาของมนุษย์ในชีวิตของท่านจนกระทั่งท่านได้ปล้ำสู้กับทูตสวรรค์ของพระเจ้าที่แม่น้ำยับบอก ทูตสวรรค์แตะต้องที่ข้อสะโพกของท่านและข้อต่อสะโพกของยาโคบก็เคล็ด ในการปล้ำสู้กับทูตสวรรค์ของพระเจ้า ยาโคบได้ถวายตัวให้กับพระเจ้าและมอบทุกสิ่งทุกอย่างไว้กับพระองค์ จากเวลานั้นเป็นต้นมาท่านได้รับพระพรจากพระเจ้าในชีวิตของท่าน ในทำนองเดียวกัน ถ้าท่านรักพระเจ้าทำให้พระองค์พอพระทัย และมอบทุกสิ่งทุกอย่างไว้ในพระหัตถ์ของพระเจ้า ท่านก็จะจำเริญสุขทุกประการ

ประการที่สามเกี่ยวข้องกับวิธีการที่จะได้รับกำลังฝ่ายวิญญ

าณ

เราพบใน 1 โครินธ์ 4:20 ว่าแผ่นดินของพระเจ้าไม่ใช่เรื่องของคำพูดแต่เป็นเรื่องฤทธิ์อำนาจของพระเจ้า ยิ่งเรามีความเชื่อที่สมบูรณ์มากขึ้นเท่าใดเราก็จะมีฤทธิ์อำนาจมากขึ้นเท่านั้น พระเจ้าทรงประทานฤทธิ์อำนาจของพระองค์ให้กับเราแตกต่างกันตามขนาดแห่งการอธิษฐาน ความเชื่อ และความรักของเรา การอัศจรรย์ต่าง ๆ ของพระเจ้า (ซึ่งอยู่ในระดับที่สูงกว่าของประทานแห่งการรักษาโรค) จะสำแดงให้ปรากฏผ่านทางผู้คนที่ได้รับฤทธิ์อำนาจของพระเจ้าผ่านการอธิษฐานและการอดอาหาร

ดังนั้น ถ้าท่านมีความเชื่อที่สมบูรณ์ สิ่งที่เป็นไปไม่ได้ก็จะเป็นไปได้สำหรับท่านและท่านจะประกาศออกมาอย่างกล้าหาญว่า "ถ้าท่านเชื่อได้ ใครเชื่อก็ทำให้ได้ทุกสิ่ง"

"ข้าพระองค์เชื่อ พระองค์เจ้าข้า ที่ข้าพระองค์ยังขาดความเชื่อนั้น ขอพระองค์ทรงโปรดช่วยให้เชื่อเถิด"

มีขั้นตอนบางอย่างที่จำเป็นต่อการที่ท่านจะได้รับคำตอบสำหรับปัญหาทุกชนิด

ขั้นตอนแรก เพื่อเริ่มต้นขั้นตอนนี้ท่านต้องพูดในแง่บวกด้วยริมฝีปากของท่าน

มีบิดาอยู่คนหนึ่งที่ทนทุกข์ทรมานมาเป็นเวลานานเนื่องจากบุตรชายของเขาถูกผีร้ายเข้าสิง เมื่อบิดาคนนั้นได้ยินเกี่ยวกับพระเยซูเขาจึงมีความปรารถนาที่จะพบกับพระองค์ ต่อมาบิดาคนนั้นได้นำบุตรชายของตนมาหาพระเยซูโดยคาดหวังว่าบุตรของเขาจะมีโอกาสได้รับการรักษาให้หาย แม้บิดาจะไม่มีความมั่นใจในเรื่องนี้ แต่เขาก็ทูลขอให้พระเยซูรักษาบุตรชายของตน

พระเยซูทรงต่อว่าบิดาคนนั้นว่า ""ถ้าท่านเชื่อได้ [ถ้าสามารถทำได้นะหรือ]" แต่พระองค์ทรงหนุนใจเขาว่า "ใครเชื่อก็ทำให้ได้ทุกสิ่ง" เมื่อได้ยินถ้อยคำเหล่านี้

บิดาคนนั้นจึงทูลพระเยซูว่า "ข้าพระองค์เชื่อ พระองค์เจ้าข้า ที่ข้าพระองค์ยังขาดความเชื่อนั้น ขอพระองค์ทรงโปรดช่วยให้เชื่อเถิด" ดังนั้นจึงพูดในแง่บวกต่อพระพักตร์พระเยซู

เพราะเขาเพียงแต่เคยได้ยินด้วยหูของตนว่าทุกสิ่งเป็นไปได้สำหรับพระเยซู เขาจึงเข้าใจสิ่งนี้ในสมองของตนและพูดถึงความเชื่อของตนออกมาด้วยริมฝีปากของเขาเพียงอย่างเดียว แต่เขาไม่ได้พูดถึงความเชื่อที่จะทำให้เขาเชื่อจากส่วนลึกแห่งจิตใจของตน แม้เขามีความเชื่อที่เป็นเพียงความรู้ คำพูดในแง่บวกของเขากลายเป็นคำเรียกร้องของความเชื่อฝ่ายวิญญาณและทำให้เขาได้รับคำตอบ

ขั้นตอนต่อไป ท่านต้องมีความเชื่อฝ่ายวิญญาณที่จะทำให้ท่านเชื่อจากจิตใจของตน

บิดาของเด็กที่ถูกผีเข้าสิงปรารถนาที่จะได้รับความเชื่อฝ่ายวิญญาณอย่างแรงกล้าและทูลพระเยซูว่า "ข้าพระองค์เชื่อ พระองค์เจ้าข้า ที่ข้าพระองค์ยังขาดความเชื่อนั้น ขอพระองค์ทรงโปรดช่วยให้เชื่อเถิด" (มาระโก 9:23) เมื่อพระเยซูทรงได้ยินคำร้องทูลของบิดาคนนั้น พระองค์ทรงทราบถึงความจริงใจ ความสัตย์จริง การวิงวอนอย่างร้อนรน และความเชื่อ เพราะฉะนั้นพระองค์จึงทรงมอบความเชื่อฝ่ายวิญญาณให้กับเขาซึ่งจะช่วยให้เขาเชื่อจากจิตใจของตน ดังนั้น เพราะบิดาคนนั้นมีความเชื่อฝ่ายวิญญาณ พระเจ้าจึงทรงกระทำการเพื่อเขาและเขาได้รับคำตอบจากพระเจ้า

เมื่อพระเยซูตรัสสั่งในมาระโก 9:25 ว่า "อ้ายผีใบ้หูหนวก เราสั่งเจ้าให้ออกมาจากเขา อย่าได้กลับเข้าสิงเขาอีกเลย" ผีนั้นก็ออกมาจากเขา

นั่นหมายความว่าบิดาของเด็กคนนั้นไม่สามารถรับเอาคำตอบจากพระเจ้าด้วยความเชื่อฝ่ายเนื้อหนังซึ่งเป็นเพียงความรู้

ที่เขาได้สำสมไว้ แต่ทันทีที่บิดาคนนั้นมีความเชื่อวิญญาณ เขาก็ได้รับคำตอบจากพระเจ้าทันที

ขั้นตอนที่สาม ท่านต้องร้องทูลในคำอธิษฐานจนกว่าท่านจะได้รับคำตอบในวินาทีสุดท้าย

พระเจ้าทรงสัญญากับเราในเยเรมีย์ 33:3 ว่า "จงทูลเรา และเราจะตอบเจ้า และจะสำแดงสิ่งที่ใหญ่ยิ่งและที่มีอำนาจใหญ่โต ซึ่งเจ้าไม่รู้นั้นให้แก่เจ้า" และในเอเสเคียล 36:36 ว่า "แล้วประชาชาติที่เหลืออยู่รอบ ๆ เจ้าจะทราบว่า เรา พระเยโฮวาห์ ได้สร้างที่ปรักหักพังเหล่านี้ขึ้นใหม่ และปลูกพืชในที่รกร้างนั้น เรา พระเยโฮวาห์ ได้ลั่นวาจาไว้แล้ว และเราจะกระทำเช่นนั้น" พระเยซู บรรดาผู้เผยพระวจนะในพระคัมภีร์เดิม และเหล่าสาวกในพระคัมภีร์ใหม่ได้ร้องทูลในอธิษฐานต่อพระเจ้าเพื่อรับเอาคำตอบจากพระองค์เหมือนที่กล่าวไว้ในพระคัมภีร์ข้อเหล่านี้

ในทำนองเดียวกัน เราจะมีความเชื่อที่ช่วยให้เราเชื่อจากจิตใจของเราอย่างแท้จริงได้ก็ต่อเมื่อเราร้องทูลในคำอธิษฐานเท่านั้น และเราจะได้รับคำตอบต่อปัญหาและคำอธิษฐานของเราก็ต่อเมื่อเรามีความเชื่อฝ่ายวิญญาณเท่านั้น ท่านต้องร้องทูลในคำอธิษฐานจนกว่าท่านได้รับคำตอบและจากสิ่งที่เป็นไปไม่ได้ก็จะเป็นไปได้สำหรับท่าน บิดาของเด็กที่ถูกผีสิงได้รับคำตอบก็เพราะเขาร้องทูลต่อพระเยซู

เรื่องราวของบิดาของเด็กที่ถูกผีสิงเรื่องนี้ให้บทเรียนที่สำคัญแก่เราในเรื่องกฎบัญญัติของพระเจ้า เพื่อให้เรามีประสบการณ์กับพระคำของพระเจ้าที่กล่าวว่า "ถ้าท่านเชื่อได้ [ถ้าสามารถทำได้นะหรือ] ใครเชื่อก็ทำให้ได้ทุกสิ่ง" ท่านต้องเปลี่ยนความเชื่อฝ่ายเนื้อหนังของท่านเป็นความเชื่อฝ่ายวิญญาณซึ่งช่วยให้ท่านมีความเชื่อที่สมบูรณ์ ยืนหยัดอยู่บนศิลา และเชื่อฟังโดยปราศจากความสงสัย

เพื่อสรุปขั้นตอนเหล่านี้ อันดับแรก ท่านจำเป็นต้องพูดในแง่บวกด้วยความเชื่อฝ่ายเนื้อหนังที่ท่านสำสมไว้เป็นความรู้ จากนั้นท่านต้องร้องทูลต่อพระเจ้าในคำอธิษฐานจนกว่าท่านจะได้รับคำตอบ สุดท้าย ท่านจำเป็นต้องรับเอาความเชื่อฝ่ายวิญญาณจากเบื้องบนซึ่งจะทำให้ทุกสิ่งเป็นไปได้สำหรับคนที่เชื่อจากจิตใจของตน

และเพื่อทำตามเงื่อนไขทั้งสามข้อของการรับเอาความเชื่อที่สมบูรณ์ อันดับแรก ท่านต้องทำลายกำแพงบาปที่ต่อสู้กับพระเจ้า จากนั้นท่านต้องสำแดงการกระทำแห่งความเชื่อด้วยความจริงใจ สุดท้ายจงให้วิญญาณจิตของท่านจำเริญขึ้น ยิ่งท่านทำตามเงื่อนไขทั้งสามข้อนี้มากเท่าใด ท่านก็จะได้รับความเชื่อฝ่ายวิญญาณจากเบื้องบนและสิ่งที่เป็นไปไม่ได้ก็จะเป็นไปได้สำหรับท่านมากขึ้นเท่านั้น

ถ้าท่านพยายามทำสิ่งต่าง ๆ ด้วยตนเองแทนที่จะมอบทุกสิ่งไว้กับพระเจ้าผู้ยิ่งใหญ่ ท่านจะมีปัญหาและพบกับความยากลำบาก แต่ถ้าท่านทำลายความคิดของมนุษย์ที่ทำให้ท่านคิดว่าเป็นไปไม่ได้และมอบทุกสิ่งไว้กับพระเจ้า พระองค์จะทรงกระทำทุกสิ่งเพื่อท่าน มีอะไรบ้างที่เป็นไปไม่ได้สำหรับพระองค์

ความคิดฝ่ายเนื้อหนังเป็นปฏิปักษ์กับพระเจ้า (โรม 8:7) ความคิดเหล่านี้ขัดขวางท่านไม่ให้เชื่อและทำให้ท่านสร้างความผิดหวังให้กับพระเจ้าด้วยการพูดในแง่ลบ ความคิดฝ่ายเนื้อหนังนำการกล่าวโทษของผีมารซาตานมาสู่ท่านและทำให้เกิดการทดสอบ การทดลอง และความยากลำบากขึ้นกับท่าน ด้วยเหตุนี้ ท่านต้องทำลายความคิดฝ่ายเนื้อหนังเหล่านี้ ไม่ว่าท่านจะพบกับปัญหาชนิดใดก็ตาม (เช่น ปัญหาเกี่ยวกับความจำเริญของวิญญาณจิตของท่าน ปัญหาธุรกิจ ปัญหาในที่ทำงาน ปัญหาเรื่องโรคภัยไข้เจ็บ และปัญหาครอบครัว) ท่านต้องมอบปัญหาเหล่านี้ไว้ในพระหัตถ์

ของพระเจ้า ท่านต้องพึ่งพิงพระเจ้าผู้ยิ่งใหญ่ เชื่อว่าพระองค์จะทำให้สิ่งที่เป็นไปไม่ได้ให้เป็นไปได้ และทำลายความคิดฝ่ายเนื้อหนังทุกอย่างด้วยความเชื่อ

เมื่อท่านกล่าวถ้อยคำในแง่บวกออกมาว่า "ข้าพระองค์เชื่อ" และอธิษฐานต่อพระเจ้าจากจิตใจของตน พระเจ้าจะประทานความเชื่อให้แก่ท่านซึ่งจะทำให้ท่านเชื่อจากจิตใจของตนและด้วยความเชื่อนี้พระเจ้าทรงอนุญาตให้ท่านได้รับคำตอบต่อปัญหาทุกชนิดและถวายเกียรติแด่พระองค์ นี่คือชีวิตแห่งพระพรอย่างแท้จริง

ขอให้ท่านเดินอยู่ในความเชื่อเพียงอย่างเดียวเพื่อท่านจะทำให้แผ่นดินและความชอบธรรมของพระเจ้าสำเร็จ ทำให้พระมหาบัญชาแห่งการประกาศพระกิตติคุณออกไปทั่วโลกเสร็จสิ้น ทำตามน้ำพระทัยของพระเจ้าที่ท่านได้รับมอบหมาย ทำสิ่งที่เป็นไปไม่ได้ให้เป็นไปได้ในฐานะทหารแห่งไม้กางเขน และฉายความสว่างของพระคริสต์ออกไป ผมอธิษฐานในพระนามของพระเยซูคริสต์

บทที่ 6

ดาเนียลพึ่งพิงพระเจ้าแต่เพียงผู้เดียว

แล้วดาเนียลกราบทูลกษัตริย์ว่า "โอ ข้าแต่กษัตริย์ ขอทรงพระเจริญเป็นนิตย์ พระเจ้าของข้าพระองค์ทรงใช้ทูตสวรรค์ของพระองค์มาปิดปากสิงโตไว้ มันมิได้ทำอันตรายแก่ข้าพระองค์ เพราะพระองค์ทรงเห็นว่าข้าพระองค์ไร้ความผิดต่อพระพักตร์พระองค์ โอ ข้าแต่กษัตริย์ ข้าพระองค์มิได้กระทำผิดประการใดต่อพระพักตร์พระองค์ด้วย" ฝ่ายกษัตริย์ก็โสมนัสในพระทัยเป็นล้นพ้น และทรงบัญชาให้นำดาเนียลขึ้นมาจากถ้ำ เขาจึงเอาดาเนียลขึ้นมาจากถ้ำ ไม่ปรากฏว่ามีอันตรายอย่างไรบนตัวท่านเลย เพราะท่านได้เชื่อในพระเจ้าของท่าน

ดาเนียล 6:21-23

ในสมัยที่ท่านยังเป็นเด็ก ดาเนียลถูกกวาดไปเป็นทาสที่บาบิโลน แต่ต่อมาท่านมีตำแหน่งสูงเป็นที่สองรองจากกษัตริย์เพราะท่านเป็นที่โปรดปรานของพระราชา เพราะท่านรักพระเจ้าเหนือสิ่งอื่นใด พระเจ้าจึงทรงประทานความรู้ สติปัญญา และความรอบรู้ในทุกแขนงให้กับดาเนียล ดาเนียลเข้าใจแม้กระทั่งความฝันและนิมิตทุกชนิด ท่านเป็นนักการเมืองและผู้เผยพระวจนะที่เปิดเผยและสำแดงถึงฤทธิ์อำนาจของพระเจ้า

ในช่วงชีวิตของท่าน ดาเนียลไม่เคยประนีประนอมกับโลกในการรับใช้และปรนนิบัติพระเจ้าเลย ท่านเอาชนะการทดลองและความทุกข์ลำบากทุกรูปแบบด้วยความเชื่อของผู้ที่พร้อมจะสละชีวิตเพื่อพระเจ้าและถวายเกียรติแด่พระเจ้าด้วยชัยชนะแห่งความเชื่ออันยิ่งใหญ่ เราต้องทำสิ่งใดเพื่อให้เรามีความเชื่อแบบเดียวกันกับความเชื่อของดาเนียล

ขอให้เราเจาะลึกลงไปว่าเพราะเหตุใดดาเนียล (ซึ่งเป็นผู้ปกครองสูงสุดในบาบิโลนรองจากกษัตริย์) จึงถูกโยนลงไปในถ้ำสิงห์และท่านรอดชีวิตจากถ้ำสิงห์โดยไม่มีรอยข่วนตามร่างกายของท่านเลยได้อย่างไร

ดาเนียลผู้เป็นบุรุษแห่งความเชื่อ

ในช่วงการครองราชย์กษัตริย์เรโหโบอัม ประเทศอิสราเอลถูกแบ่งออกเป็นสองอาณาจักร ได้แก่ อาณาจักรยูดาห์ที่อยู่ทางใต้และอาณาจักรอิสราเอลที่อยู่ทางเหนือเนื่องจากความเสื่อมถอยของกษัตริย์ซาโลมอน (1 พงศ์กษัตริย์ 11:26-36) บรรดากษัตริย์และประเทศที่เชื่อฟังพระบัญญัติของพระเจ้าจะมั่งคั่งรุ่งเรือง แต่ผู้ที่ไม่เชื่อฟังพระบัญญัติของพระเจ้าต้องพบกับความพินาศ

ในปีก่อนคริสตศักราช 722 อาณาจักรอิสราเอลล่มสลายภายใต้การบุกโจมตีของอัสซีเรีย ในช่วงเวลานั้นประชาชนจำนวนนับไ

ม่ถ้วนถูกกวาดต้อนไปเป็นเชลยที่อัสซีเรีย อาณาจักรยูดาห์ทางต
อนใต้ถูกบุกโจมตีเช่นกัน แต่ไม่ถูกทำลาย

ต่อมากษัตริย์เนบูคัดเนสซาร์ได้ยกทัพมาโจมตีอาณาจักร
ยูดาห์ที่อยู่ทางตอนใต้ ในความพยายามครั้งที่สามท่านได้ท
ำลายกำแพงเมืองเยรูซาเล็มและทำลายพระวิหารของพระเจ้า
เหตุการณ์นี้เกิดขึ้นในปี ก่อนคริสตศักราช 586

ในปีที่สามของรัชกาลกษัตริย์เยโฮยาคิมกษัตริย์ของยูดาห์
เนบูคัดเนสซาร์กษัตริย์ของบาบิโลนได้ยกทัพขึ้นมายังเยรูซาเล็ม
และได้ล้อมเมืองนั้นเอาไว้ ในการโจมตีครั้งแรก กษัตริย์เนบูคัด
เนสซาร์ใช้โซ่ทองสัมฤทธิ์ล่ามกษัตริย์เยโฮยาคิมและนำตัวพระอ
งค์ไปยังบาบิโลนพร้อมกับนำเครื่องใช้บางชิ้นแห่งพระนิเวศน์ข
องพระเจ้าไปยังบาบิโลนด้วย

ดาเนียลอยู่ในบรรดาเชื้อพระวงศ์และเชื้อสายของเจ้านายที่ถู
กกวาดต้อนไปเป็นเชลยในครั้งแรก คนเหล่านั้นอาศัยอยู่ในแผ่น
ดินของคนต่างชาติ ถึงกระนั้นดาเนียลก็เจริญรุ่งเรืองในขณะที่
ท่านรับใช้กษัตริย์หลายองค์–เนบูคัดเนสซาร์และเบลชัสซาร์ผู้เป็
นกษัตริย์แห่งบาบิโลนรวมทั้งดาริอัสและไซรัสผู้เป็นกษัตริย์แห่
งเปอร์เซีย ดาเนียลอาศัยอยู่ในแผ่นดินของคนต่างชาติเป็นเวลา
นานและรับใช้ประเทศเหล่านั้นในฐานะผู้ปกครองที่มีตำแหน่งสูง
สุดรองจากกษัตริย์ แต่ท่านได้สำแดงออกถึงความเชื่อซึ่งทำให้ท่
านปฏิเสธที่จะประนีประนอมกับโลกและดำเนินชีวิตอย่างมีชัยช
นะในฐานะผู้เผยพระวจนะของพระเจ้า

เนบูคัดเนสซาร์ษัตริย์แห่งบาบิโลนทรงบัญชาให้หัวหน้าขั
นทีของพระองค์ท่านให้นำคนอิสราเอลบางคนทั้งเชื้อพระวง
ศ์และเชื้อสายของเจ้านายซึ่งเป็นคนหนุ่มที่ปราศจากตำหนิ
มีรูปร่างงาม เชี่ยวชาญในสรรพปัญญา ประกอบไปด้วยความรู้แ
ละความเข้าใจในสรรพวิทยา และสามารถรับราชการในพระราชวั

งพร้อมกับให้สอนวิชาและภาษาของคนเคลเดียให้กับคนเหล่านั้นด้วย กษัตริย์ทรงให้นำอาหารสูงซึ่งกษัตริย์เสวยและเหล้าองุ่นซึ่งพระองค์ทรงดื่มมาให้แก่คนเหล่านั้นและทรงให้เขาได้รับการเลี้ยงดูอยู่สามปี ดาเนียลเป็นหนึ่งในหมู่คนเหล่านี้ (ดาเนียล 1:4-5)

แต่ดาเนียลตั้งใจไว้ว่าท่านจะไม่ทำตัวให้เป็นมลทินด้วยอาหารสูงของกษัตริย์หรือด้วยเหล้าองุ่นของพระราชา ดังนั้นดาเนียลจึงขออนุญาตจากหัวหน้าขันทีเพื่อท่านจะไม่ทำตัวให้เป็นมลทิน (ดาเนียล 1:8) นี่คือความเชื่อของดาเนียลผู้ที่ต้องการรักษาพระบัญญัติของพระเจ้า พระเจ้าทรงให้หัวหน้าขันทีโปรดปรานและเวทนาดาเนียล (ข้อ 9) ดังนั้นมหาดเล็กจึงนำเอาอาหารสูงที่เป็นส่วนของคนเหล่านี้และเหล้าองุ่นซึ่งเขาทั้งหลายควรจะดื่มไปเสียจากเขาและให้ผักแก่เขา (ข้อ 16)

เนื่องจากพระองค์ทรงทอดพระเนตรเห็นความเชื่อของดาเนียล พระเจ้าจึงประทานความรู้ ความเชี่ยวชาญ และสรรพปัญญาในเรื่องวิชาทั้งปวงแก่ท่านและดาเนียลเข้าใจนิมิตและความฝันทุกอย่าง (ข้อ 17) ในบรรดาเรื่องราวที่เกี่ยวข้องกับสติปัญญาและความเข้าใจซึ่งกษัตริย์ทรงหารือกับท่าน ดาเนียลมีความสามารถมากกว่าพวกโหรและพวกหมอดูทั้งสิ้นซึ่งอยู่ในอาณาจักรของพระองค์ถึงสิบเท่า (ข้อ 20)

ต่อมากษัตริย์เนบูคัดเนสซาร์ทรงเป็นทุกข์หนักเพราะความฝันของพระองค์จนพระราชาบรรทมไม่หลับและไม่มีชาวเคลเดียคนใดสามารถแก้ความฝันนั้นได้ แต่ดาเนียลสามารถแก้ความฝันนั้นได้ด้วยสติปัญญาและฤทธิ์อำนาจของพระเจ้า จากนั้นพระราชาทรงพระราชทานยศชั้นสูงให้แก่ดาเนียลและทรงมอบของพระราชทานเป็นอันมากให้กับท่านและทรงแต่งตั้งให้ดาเนียลเป็นประธานใหญ่ของนักปราชญ์ทั้งสิ้นแห่งบาบิโลน (ดาเนียล 2:46-48)

ดาเนียลเป็นที่โปรดปรานและได้รับการยอมรับนับถือไม่เพี

ยงแต่ในรัชกาลของกษัตริย์เนบูคัดเนสซาร์แห่งบาบิโลนเท่านั้น แต่ในรัชกาลของกษัตริย์เบลชัสซาร์ด้วยเช่นกัน กษัตริย์เบลชัสซาร์ทรงบัญชาให้ดาเนียลมีตำแหน่งเป็นอุปราชตรีในราชอาณาจักร เมื่อกษัตริย์เบลชัสซาร์ถูกประหารและกษัตริย์ดาริอัสขึ้นครองราชย์ ดาเนียลก็ยังคงเป็นที่โปรดปรานของกษัตริย์

กษัตริย์ดาริอัสทรงแต่งตั้งอุปราช 120 คนขึ้นเหนือราชอาณาจักรและทรงตั้งอภิรัฐมนตรีสามคนเหนืออุปราชเหล่านั้น แต่เนื่องจากดาเนียลมีชื่อเสียงกว่าอภิรัฐมนตรีและอุปราชคนอื่น ๆ เพราะวิญญาณเลิศสถิตอยู่กับท่าน กษัตริย์ทรงหมายพระทัยที่จะแต่งตั้งดาเนียลให้ครอบครองเหนือราชอาณาจักรนั้นทั้งหมด

จากนั้นอภิรัฐมนตรีและอุปราชทั้งหลายจึงหามูลเหตุฟ้องดาเนียลในเรื่องเกี่ยวกับราชอาณาจักร แต่คนเหล่านั้นก็หามูลเหตุหรือความผิดไม่ได้เพราะดาเนียลเป็นคนสัตย์ซื่อซึ่งจะหาความพลาดพลั้งหรือความผิดในตัวท่านไม่ได้เลย เพราะเหตุนี้ คนเหล่านั้นจึงร่วมกันวางแผนเพื่อหามูลเหตุกล่าวโทษดาเนียลในเรื่องเกี่ยวกับพระบัญญัติของพระเจ้า คนเหล่านั้นได้กราบทูลกษัตริย์ให้ทรงตรากฎหมายและออกพระราชกฤษฎีกาห้ามไม่ให้ผู้หนึ่งผู้ใดทูลขอต่อพระเจ้าหรือมนุษย์นอกเหนือพระราชาภายในสามสิบวัน ถ้าผู้ใดฝ่าฝืนก็ให้โยนผู้นั้นลงไปในถ้ำสิงโต คนเหล่านั้นได้กราบทูลให้กษัตริย์ทรงออกเป็นพระราชกฤษฎีกาและทรงลงพระนามเพื่อจะเปลี่ยนแปลงไม่ได้ตามกฎหมายของคนมีเดียและคนเปอร์เซียซึ่งจะแก้ไขไม่ได้ เพราะฉะนั้นกษัตริย์ดาริอัสจึงทรงลงพระนามในหนังสือสำคัญซึ่งได้แก่พระราชกฤษฎีกา

เมื่อดาเนียลทราบว่าพระราชาได้ทรงลงพระนามในหนังสือสำคัญนั้นแล้วท่านก็เข้าไปยังเรือนของท่านซึ่งหน้าต่างห้องชั้นบนของท่านเปิดตรงไปยังกรุงเยรูซาเล็มและท่านได้คุกเข่าลงวันละสามครั้งเพื่ออธิษฐานและโมทนาพระคุณต่อพระพักตร์พระเจ้าของ

ท่านดังที่ท่านเคยกระทำมาแต่ก่อน (ดาเนียล 6:10) ดาเนียลรู้ว่าท่านจะถูกโยนลงไปในถ้ำสิงโตถ้าท่านฝ่าฝืนพระราชกฤษฎีกาดังกล่าว แต่ท่านก็พร้อมที่จะสละชีวิตของตนและปรนนิบัติพระเจ้าแต่พระองค์เดียว

แม้จะอยู่สถานะของเชลยในบาบิโลน ดาเนียลยังคงจดจำถึงพระคุณของพระเจ้าและรักพระองค์อยู่เสมอจนท่านพร้อมที่จะคุกเข่าลงอธิษฐานและโมทนาพระคุณของพระเจ้าวันละสามครั้งโดยไม่หยุดหย่อน ท่านมีความเชื่อที่แข็งแกร่งและไม่เคยประนีประนอมกับโลกในการรับใช้พระเจ้า

ดาเนียลถูกโยนลงไปในถ้ำสิงโต

ผู้คนที่อิจฉาดาเนียลได้พากันมาหาดาเนียลและพบว่าท่านอธิษฐานและวิงวอนอยู่ต่อพระพักตร์พระเจ้าของท่าน จากนั้นเขาได้เข้าไปกราบทูลต่อพระพักตร์กษัตริย์เกี่ยวกับพระราชกฤษฎีกาของกษัตริย์ จากนั้นกษัตริย์ทรงตระหนักว่าสาเหตุที่คนเหล่านั้นทูลขอให้พระองค์ออกพระราชกฤษฎีกาไม่ใช่เพราะเห็นแก่กษัตริย์แต่เป็นเพราะเขาร่วมกันวางแผนเพื่อกำจัดดาเนียลและพระองค์ทรงประหลาดใจมาก แต่เพราะพระราชาได้ทรงลงพระนามในหนังสือสำคัญนั้นและทรงประกาศให้เป็นพระราชกฤษฎีกาแล้ว พระองค์จึงไม่อาจเปลี่ยนแปลงสิ่งใดได้

ทันทีที่กษัตริย์ทรงสดับถ้อยคำเหล่านี้พระองค์ก็ทรงโทมนัสอย่างยิ่งและทรงตั้งพระทัยที่จะหาช่องทางช่วยดาเนียลให้พ้น แต่พวกอภิรัฐมนตรีและอุปราชเหล่านั้นได้ร่วมกันกดดันพระราชาให้บังคับใช้พระราชกฤษฎีกาและพระองค์ไม่มีทางเลือกอื่นนอกจากจะทำตามกฎบัญญัตินั้น

กษัตริย์ถูกกดดันให้บังคับใช้กฎหมายและดาเนียลก็ถูกโยนลงไปในถ้ำสิงโตและเขาได้นำเอาศิลาก้อนหนึ่งมาปิดปากถ้ำไว้เพื่

อว่าจะไม่มีสิ่งใดอันเกี่ยวข้องกับดาเนียลเปลี่ยนแปลงไป

จากนั้นกษัตริย์ได้เสด็จกลับพระราชวังของพระองค์และทรงอดพระกระยาหารตลอดคืนนั้นและไม่ให้นำเครื่องดนตรีอันใดมาหน้าที่นั่งและทรงบรรทมไม่หลับ พอเช้าตรู่ พระองค์ทรงลุกขึ้นและรีบเสด็จไปยังถ้ำสิงโต เป็นเรื่องธรรมดาที่กษัตริย์ทรงคาดว่าเพราะดาเนียลถูกโยนลงไปในถ้ำสิงโตที่หิวโหย ท่านคงถูกสิงโตกินเป็นอาหารแล้ว แต่กษัตริย์ก็ทรงรีบเสด็จไปยังถ้ำสิงห์โดยคาดหวังให้ดาเนียลมีชีวิตรอด

ในสมัยนั้นนักโทษประหารหลายคนมักถูกโยนลงไปในถ้ำสิงโต แต่ดาเนียลเอาชนะสิงโตที่หิวโหยและรอดชีวิตอยู่ในที่แห่งนั้นได้อย่างไร กษัตริย์คิดในพระทัยของพระองค์ว่าพระเจ้าซึ่งดาเนียลได้ปรนนิบัติคงสามารถช่วยท่านให้รอดและทรงเสด็จเข้ามาใกล้ถ้ำนั้น พระองค์ตรัสเรียกดาเนียลด้วยเสียงโทมนัสว่า "โอ ดาเนียล ผู้รับใช้ของพระเจ้าผู้ทรงพระชนม์อยู่ พระเจ้าของท่านซึ่งท่านปรนนิบัติอยู่เนืองนิตย์นั้น ทรงสามารถที่จะช่วยท่านให้พ้นจากสิงโตได้แล้วหรือ"

ด้วยความประหลาดพระทัย กษัตริย์ได้ยินเสียงของดาเนียลดังออกมาจากภายในถ้ำสิงโต ดาเนียลกราบทูลกษัตริย์ว่า "โอ ข้าแต่กษัตริย์ ขอทรงพระเจริญเป็นนิตย์ พระเจ้าของข้าพระองค์ทรงใช้ทูตสวรรค์ของพระองค์มาปิดปากสิงโตไว้ มันมิได้ทำอันตรายแก่ข้าพระองค์ เพราะพระองค์ทรงเห็นว่าข้าพระองค์ไร้ความผิดต่อพระพักตร์พระองค์ โอ ข้าแต่กษัตริย์ ข้าพระองค์มิได้กระทำผิดประการใดต่อพระพักตร์พระองค์ด้วย" (ดาเนียล 6:21-22)

ฝ่ายกษัตริย์ทรงปลื้มปีติยินดีอย่างยิ่งและทรงบัญชาให้นำดาเนียลออกมาจากถ้ำสิงโต เมื่อดาเนียลถูกนำตัวออกมาจากถ้ำสิงโตแล้วปรากฏว่าท่านไม่ได้รับบาดเจ็บใดเลยตามร่างกายของท่าน

นี่เป็นเรื่องที่น่าอัศจรรย์มาก นี่คือชัยชนะอันยิ่งใหญ่ที่เกิดจากความเชื่อของดาเนียลผู้ซึ่งได้ไว้วางใจในพระเจ้า เพราะดาเนียลไว้วางใจในพระเจ้าผู้ทรงพระชนม์อยู่ ท่านจึงรอดชีวิตในท่ามกลางสิงโตที่หิวโหยและสำแดงให้คนต่างชาติมองเห็นถึงสง่าราศีของพระเจ้า

แล้วกษัตริย์ทรงบัญชาให้นำคนเหล่านั้นที่ฟ้องดาเนียลมาโยนทิ้งลงไปในถ้ำสิงโตทั้งตัวเขา บุตรทั้งหลายของเขา และภรรยาของเขาทั้งหลายด้วย ก่อนที่เขาจะตกลงไปถึงพื้นถ้ำสิงโตก็ได้ฟัดคนเหล่านั้นเสียแล้วและหักกระดูกของเขาออกเป็นชิ้น ๆ (ดาเนียล 6:24) จากนั้นกษัตริย์ดาริอัสทรงมีพระราชสารไปถึงบรรดาชนชาติ ประชาชาติทั้งปวง และภาษาทั้งหลายที่อาศัยอยู่ในพิภพทั้งสิ้นและบอกให้คนเหล่านั้นยำเกรงพระเจ้าด้วยการเปิดเผยให้เขารู้ว่าพระเจ้าคือใคร

กษัตริย์ประกาศกับคนเหล่านั้นว่า "สันติสุขจงมีแก่ท่านทั้งหลายอย่างทวีคูณ เราออกกฤษฎีกาว่า ให้คนทั้งหลายสั่นสะท้านและยำเกรงต่อพระพักตร์พระเจ้าของดาเนียลในราชอาณาจักรของเราทั้งหมด เพราะพระองค์ทรงเป็นพระเจ้าผู้ทรงพระชนม์อยู่ ทรงดำรงอยู่เป็นนิตย์ อาณาจักรของพระองค์จะไม่ถูกทำลาย และราชอาณาจักรของพระองค์จะดำรงจนถึงที่สุด พระองค์ทรงช่วยให้พ้นและช่วยให้พ้นภัย พระองค์ทรงกระทำหมายสำคัญและการมหัศจรรย์ในฟ้าสวรรค์และบนพื้นพิภพ พระองค์คือพระผู้ช่วยดาเนียลให้พ้นจากฤทธิ์ของสิงโต" (ดาเนียล 6:26-27)

นี่เป็นชัยชนะของความเชื่อที่ยิ่งใหญ่ สิ่งเหล่านี้เกิดขึ้นเพราะดาเนียลไม่ได้ทำบาปและท่านไว้วางใจในพระเจ้าอย่างสมบูรณ์ ถ้าเราเดินอยู่ในพระคำของพระเจ้าและดำรงอยู่ในความรักของพระองค์ ไม่ว่าเราจะอยู่ในสถานการณ์และสภาพการณ์ใดก็ตาม พระเจ้าจะทรงจัดเตรียมทางออกให้กับท่านและจะทรงนำชัยชนะมาสู่

ท่าน

ดาเนียลผู้ชนะด้วยความเชื่ออันยิ่งใหญ่

ดาเนียลมีความเชื่อชนิดใดท่านจึงสามารถถวายเกียรติยศอันยิ่งใหญ่เช่นนั้นแด่พระเจ้า ขอให้เราพิจารณาดูลักษณะของความเชื่อที่ดาเนียลมีเพื่อเราจะมีชัยชนะเหนือการทดลองและความทุกข์ลำบากทุกรูปแบบและเพื่อเราจะสำแดงถึงสง่าราศีของพระเจ้าผู้ทรงพระชนม์กับผู้คนเป็นอันมาก

ประการแรก ดาเนียลไม่เคยประนีประนอมความเชื่อของท่านกับสิ่งใดเลยในโลกไม่ว่าจะเป็นอะไรก็ตาม

ท่านดูแลกิจการทั่วไปของประเทศในฐานะอภิรัฐมนตรีของบาบิโลนและท่านรู้ดีว่าท่านจะต้องถูกจับโยนลงไปในถ้ำสิงโตถ้าท่านฝ่าฝืนพระราชกฤษฎีกา แต่ดาเนียลไม่เคยทำตามความคิดและสติปัญญาของมนุษย์ ท่านไม่กลัวผู้คนที่ร่วมกันวางแผนทำลายท่าน ท่านคุกเข่าลงและอธิษฐานต่อพระเจ้าเป็นประจำเหมือนที่ท่านได้เคยทำมา ถ้าท่านทำตามความคิดของมนุษย์ ในช่วงสามสิบวันเมื่อมีการประกาศใช้พระราชกฤษฎีกาท่านคงหยุดอธิษฐานต่อพระเจ้าหรือท่านอาจอธิษฐานอยู่ในห้องลับ แต่ดาเนียลไม่ทำเช่นนั้น ท่านไม่ได้พยายามที่จะรักษาชีวิตของตนเอาไว้และไม่ประนีประนอมกับโลก ท่านรักษาความเชื่อของตนด้วยความรักที่ต่อพระเจ้าเพียงอย่างเดียว

กล่าวคือ สาเหตุก็เพราะว่าดาเนียลมีความเชื่อของผู้ที่พร้อมจะสละชีพ (ซึ่งแม้ว่าท่านรู้ว่าหนังสือสำคัญนั้นถูกลงพระนามแล้วก็ตาม) ท่านก็ยังเข้าไปในเรือนของตนและขึ้นไปยังห้องชั้นบนซึ่งมีหน้าต่างเปิดตรงไปยังกรุงเยรูซาเล็มและคุกเข่าลงวันละสามครั้งในการอธิษฐานและการโมทนาพระคุณต่อพระพักตร์พระเจ้าของท่านเหมือนดังที่ท่านเคยกระทำมาแต่ก่อน

ประการที่สอง ดาเนียลมีความเชื่อซึ่งทำให้ท่านไม่หยุดอธิษฐาน

เมื่อท่านตกอยู่ในสถานการณ์ซึ่งทำให้ท่านต้องเตรียมพร้อมสำหรับความตายของตน ดาเนียลอธิษฐานต่อพระเจ้าเหมือนดังที่ท่านเคยกระทำมาแต่ก่อน ท่านไม่ต้องการทำบาปของการหยุดอธิษฐาน (1 ซามูเอล 12:23)

การอธิษฐานคือการหายใจของวิญญาณจิตของเรา ดังนั้นเราต้องไม่หยุดอธิษฐาน เมื่อการทดลองและความยากลำบากเกิดขึ้นกับเรา เราต้องอธิษฐานและเมื่อเรามีความสงบสุขเราต้องอธิษฐานเพื่อเราจะไม่เข้าไปสู่การทดลอง (ลูกา 22:40) เพราะท่านไม่หยุดอธิษฐาน ดาเนียลจึงสามารถรักษาความเชื่อของท่านเอาไว้และเอาชนะการทดลองได้

ประการที่สาม ดาเนียลมีความเชื่อซึ่งทำให้ท่านขอบพระคุณในทุกสถานการณ์

บิดาแห่งความเชื่อหลายคนที่บันทึกไว้ในพระคัมภีร์ขอบพระคุณในสิ่งสารพัดด้วยความเชื่อเพราะท่านเหล่านั้นรู้ว่าการขอบพระคุณในทุกสถานการณ์คือความเชื่อที่แท้จริง เมื่อดาเนียลถูกโยนลงไปในถ้ำสิงโตเพราะท่านประพฤติตามพระบัญญัติของพระเจ้า เหตุการณ์นั้นกลายเป็นชัยชนะแห่งความเชื่อ แม้ท่านจะถูกสิงโตกินเป็นอาหาร ท่านก็คงได้อยู่ในอ้อมแขนของพระเจ้าและท่านคงได้อาศัยอยู่ในแผ่นดินของพระเจ้าตลอดนิรันดร์ ไม่ว่าผลลัพธ์จะออกมาในรูปใดก็ตามท่านไม่มีความกลัวอยู่เลย ถ้าคนหนึ่งเชื่อในเรื่องสวรรค์อย่างแท้จริงเขาจะไม่กลัวความตาย

ถึงแม้ดาเนียลจะมีชีวิตอยู่อย่างสงบสุขในฐานะผู้ปกครองเหนืออาณาจักรซึ่งมีตำแหน่งสูงรองจากกษัตริย์ แต่สิ่งนั้นก็เป็นเพียงเกียรติยศชั่วคราว ถ้าท่านต้องรักษาความเชื่อของตนเอาไว้

และสละชีวิตของท่าน ท่านก็จะได้รับการยอมรับจากพระเจ้าในฐานะบุคคลสำคัญในแผ่นดินสวรรค์และมีชีวิตอยู่ในสง่าราศีอันรุ่งเรืองชั่วนิรันดร์ เพราะเหตุนี้สิ่งเดียวที่ท่านก็คือการขอบพระคุณ

ประการที่สี่ ดาเนียลไม่เคยทำบาป ท่านมีความเชื่อซึ่งทำให้ท่านประพฤติตามพระคำของพระเจ้า

ในเรื่องที่เกี่ยวข้องกับการบริหารบ้านเมืองไม่มีใครสามารถหาเหตุเอาผิดดาเนียลได้ ท่านไม่มีร่องรอยของการทุจริต การปล่อยปละละเลย หรือความไม่ซื่อตรง ชีวิตของท่านมีแต่ความบริสุทธิ์

ดาเนียลไม่รู้สึกเสียใจและไม่มีความขุ่นเคืองใจต่อกษัตริย์ที่ทรงมีบัญชาให้โยนดาเนียลลงไปในถ้ำสิงโต ตรงกันข้าม ท่านยังคงสัตย์ซื่อต่อกษัตริย์จนท่านสามารถกราบทูลพระราชาว่า "โอ ข้าแต่กษัตริย์ ขอทรงพระเจริญเป็นนิตย์" ถ้าการทดลองนี้เกิดขึ้นกับดาเนียลเพราะท่านทำบาป พระเจ้าก็คงไม่ทรงปกป้องท่านเอาไว้ แต่เพราะดาเนียลไม่ได้ทำบาปท่านจึงได้รับการปกป้องจากพระเจ้า

ประการที่ห้า ดาเนียลมีความเชื่อซึ่งทำให้ท่านไว้วางใจในพระเจ้าแต่เพียงผู้เดียวอย่างเต็มที่

ถ้าเรามีความยำเกรงพระเจ้า พึ่งพิงพระองค์อย่างสิ้นเชิง และมอบทุกสิ่งในชีวิตเราไว้ในพระหัตถ์ของพระองค์ พระเจ้าจะทรงแก้ปัญหาทุกอย่างให้กับเรา ดาเนียลไว้วางใจในพระเจ้าอย่างเต็มที่และท่านพึ่งพิงพระเจ้าแต่เพียงผู้เดียว ดังนั้นท่านจึงไม่ประนีประนอมกับโลก แต่ท่านเลือกพระบัญญัติของพระเจ้าและทูลขอความช่วยเหลือจากพระองค์ พระเจ้าทรงเห็นความเชื่อของดาเนียลและทรงทำให้ท่านเกิดผลอันดีในทุกสิ่ง พระเจ้าทรงประทานพระพรอย่างเหลือล้นให้กับท่านเพื่อท่านจะสามารถถวายเกียรติแด่พ

ระเจ้าอย่างยิ่งใหญ่

ถ้าเรามีความเชื่อแบบเดียวกันกับความเชื่อของดาเนียล ไม่ว่าเราจะพบกับการทดลองและความยากลำบากรูปแบบใดก็ตาม เราก็สามารถเอาชนะสิ่งเหล่านั้น เปลี่ยนสิ่งเหล่านั้นให้เป็นโอกาสแห่งพระพร และเป็นพยานถึงพระเจ้าผู้ทรงพระชนม์อยู่ได้ ผีมารซาตานกำลังเที่ยวเสาะแสวงผู้คนที่มันจะกัดกินได้ ดังนั้นเราต้องต่อสู้กับมารซาตานด้วยความเชื่อที่หนักแน่นและมีชีวิตอยู่ภายใต้การปกป้องของพระเจ้าด้วยการรักษาและติดสนิทอยู่กับพระคำของพระองค์

พระเจ้าจะทรงทำให้เราดีพร้อม ตั้งอยู่อย่างมั่นคง มีกำลังเพิ่มมากขึ้น และมีพื้นฐานมั่นคงผ่านทางความทุกข์ลำบากที่เกิดขึ้นกับเรา (1 เปโตร 5:10) ขอให้ท่านมีความเชื่อแบบเดียวกันกับความเชื่อของดาเนียล เดินกับพระเจ้าอยู่ตลอดเวลา และถวายเกียรติแด่พระองค์ ผมอธิษฐานในพระนามของพระเยซูคริสต์องค์พระผู้เป็นเจ้า

บทที่ 7

พระเจ้าทรงจัดเตรียมไว้ล่วงหน้า

แต่ทูตสวรรค์ของพระเยโฮวาห์เรียกท่านจากฟ้าสวรรค์ว่า "อับราฮัม อับราฮัม" และท่านตอบว่า "ข้าพระองค์อยู่ที่นี่ พระเจ้าข้า" และพระองค์ตรัสว่า "อย่าแตะต้องเด็กนั้นหรือกระทำอะไรแก่เขาเลย เพราะบัดนี้เรารู้แล้วว่าเจ้ายำเกรงพระเจ้า ด้วยเห็นว่าเจ้ามิได้หวงบุตรชายของเจ้า คือบุตรชายคนเดียวของเจ้าจากเรา"
อับราฮัมเงยหน้าขึ้นมองดู และดูเถิด ข้างหลังท่านมีแกะผู้ตัวหนึ่ง เขาของมันติดอยู่ในพุ่มไม้ทึบ อับราฮัมก็ไปจับแกะผู้ตัวนั้นมาถวายเป็นเครื่องเผาบูชาแทนบุตรชายของท่าน
อับราฮัมจึงเรียกสถานที่นั้นว่า เยโฮวาห์ยิเรห์ อย่างที่เขาพูดกันทุกวันนี้ว่า "ที่ภูเขาของพระเยโฮวาห์นั้น พระองค์ทรงทอดพระเนตร"

ปฐมกาล 22:11-14

เยโฮวาห์ยิเรห์ เพียงแค่ได้ยินคำนี้ก็ทำให้รู้สึกตื่นเต้นและพึงพอใจมากทีเดียว คำนี้หมายความว่าพระเจ้าทรงจัดเตรียมทุกสิ่งไว้ล่วงหน้า ในปัจจุบันผู้คนที่เชื่อในพระเจ้าจำนวนมากได้ยินและรู้ว่าพระเจ้าทรงกระทำการ ทรงจัดเตรียม และทรงนำเราล่วงหน้า แต่ผู้คนส่วนใหญ่กลับไม่มีประสบการณ์กับพระคำข้อนี้ของพระเจ้าในชีวิตแห่งความเชื่อของตน

คำว่า "เยโฮวาห์ยิเรห์" เป็นถ้อยคำแห่งพระพร ความชอบธรรม และความหวัง ทุกคนเฝ้าปรารถนาสิ่งเหล่านี้ ถ้าเราไม่รู้จักแนวทางที่ข้อความนี้กล่าวถึงเราก็ไม่สามารถเข้าไปสู่หนทางแห่งพระพร ดังนั้นผมจึงต้องการที่จะแบ่งปันความเชื่อของอับราฮัมกับท่านเพื่อให้เป็นตัวอย่างของคนที่ได้รับพระพรของ "เยโฮวาห์ยิเรห์" อย่างแท้จริง

อับราฮัมยึดมั่นในพระคำของพระเจ้าก่อนสิ่งอื่นใด

พระเยซูตรัสไว้ในมาระโก 12:30 ว่า "และพวกท่านจงรักองค์พระผู้เป็นเจ้าผู้เป็นพระเจ้าของท่าน ด้วยสุดจิตสุดใจของท่าน ด้วยสิ้นสุดความคิด และด้วยสิ้นสุดกำลังของท่าน นี่เป็นพระบัญญัติที่เป็นเอกเป็นใหญ่" ปฐมกาล 22:11-14 ชี้ให้เห็นว่าอับราฮัมรักพระเจ้ามากจนท่านสามารถสื่อสารกับพระเจ้าแบบหน้าต่อหน้า รู้จักน้ำพระทัยของพระเจ้า และได้รับพระพรของ "เยโฮวาห์ยิเรห์" ท่านควรรู้ว่าการที่อับราฮัมได้รับพระพรเหล่านี้ไม่ใช่เหตุบังเอิญแต่ประการใด

อับราฮัมยึดเอาพระเจ้าเป็นหนึ่งเหนือสิ่งสารพัดและท่านถือว่าพระคำของพระองค์มีคุณค่าเหนือสิ่งอื่นใด ดังนั้นท่านจึงไม่ทำตามความคิดของตนเองและท่านพร้อมที่จะเชื่อฟังพระเจ้าอยู่เสมอ เพราะท่านมีความสัตย์จริงต่อพระเจ้าและต่อตนเองโดยไม่มีความเท็จ ท่านจึงถูกเตรียมไว้ในส่วนลึกแห่งจิตใจของตนเพื่อจะรั

บเอาพระพรเหล่านั้น

พระเจ้าตรัสกับอับราฮัมในปฐมกาล 12:1-3 ว่า "เจ้าจงออกไปจากประเทศของเจ้า จากญาติพี่น้องของเจ้า และจากบ้านบิดาของเจ้า ไปยังแผ่นดินที่เราจะชี้ให้เจ้าเห็น เราจะทำให้เจ้าเป็นชนชาติใหญ่ชนชาติหนึ่ง เราจะอวยพรเจ้า ทำให้เจ้ามีชื่อเสียงใหญ่โต และเจ้าจะเป็นแหล่งพระพร เราจะอวยพรผู้ที่อวยพรเจ้า และสาปแช่งผู้ที่สาปแช่งเจ้า บรรดาครอบครัวทั่วแผ่นดินโลกจะได้รับพระพรเพราะเจ้า"

ในสถานการณ์นี้ ถ้าอับราฮัมใช้ความคิดของมนุษย์ ท่านอาจรู้สึกมีปัญหาบ้างเล็กน้อยเมื่อพระเจ้าทรงสั่งให้ท่านออกไปจากประเทศ จากญาติพี่น้อง และจากบ้านเรือนของบิดาของท่าน แต่ท่านถือว่าพระเจ้าพระบิดาซึ่งทรงเป็นพระผู้สร้างต้องมาก่อนสิ่งอื่นใด ดังนั้นท่านจึงสามารถเชื่อฟังและทำตามน้ำพระทัยของพระเจ้า ในทำนองเดียวกัน ทุกคนสามารถเชื่อฟังพระเจ้าด้วยความยินดีถ้าเขารักพระเจ้าอย่างแท้จริงเพราะเขาเชื่อว่าพระเจ้าทรงช่วยคนที่รักพระองค์ให้เกิดผลอันดีในทุกสิ่ง

หลายส่วนของพระคัมภีร์เปิดเผยให้เราเห็นว่าบิดาแห่งความเชื่อหลายคนยึดเอาพระคำของพระเจ้าก่อนเป็นอันดับแรกและเดินตามพระคำของพระองค์ 1 พงศ์กษัตริย์ 19:20-21 กล่าวว่า "[เอลีชา] ก็ละวัวเหล่านั้นวิ่งตามเอลียาห์ไปและกล่าวว่า "ขอให้ข้าพเจ้าไปจูบลาบิดามารดาของข้าพเจ้าก่อน และข้าพเจ้าจะติดตามท่านไป" เอลียาห์จึงกล่าวกับเอลีชาว่า "กลับไปเถิด เพราะฉันได้ทำอะไรแก่ท่าน" และเอลีชาก็กลับจากติดตามเอลียาห์จับวัวคู่นั้นฆ่าเสียเอาเครื่องแอกต้มเนื้อวัว และให้แก่ประชาชนและเขาก็รับประทาน แล้วเอลีชาก็ลุกขึ้นตามเอลียาห์ไปและปรนนิบัติท่าน" เมื่อพระเจ้าทรงเรียกเอลีชาผ่านทางเอลียาห์ เอลีชาก็ทิ้งสิ่งสารพัดที่ท่านมีและทำตามน้ำพระทัยของพ

ระเจ้า

สาวกของพระเยซูก็เหมือนกัน เมื่อพระเยซูทรงเรียกคนเหล่านั้น เขาก็ติดตามพระองค์ทันที มัทธิว 4:18-22 บอกเราว่า “ขณะที่พระเยซูทรงดำเนินอยู่ตามชายทะเลกาลิลี ก็ทอดพระเนตรเห็นพี่น้องสองคน คือซีโมนที่เรียกว่าเปโตรกับอันดรูว์น้องชายของเขากำลังทอดอวนอยู่ที่ทะเลเพราะเขาเป็นชาวประมง พระองค์ตรัสกับเขาว่า ‘จงตามเรามาเถิด และเราจะตั้งท่านให้เป็นผู้หาคนดังหาปลา’ เขาทั้งสองได้ละอวนตามพระองค์ไปทันที ครั้นพระองค์เสด็จต่อไปก็ทอดพระเนตรเห็นพี่น้องอีกสองคน คือยากอบบุตรชายเศเบดีกับยอห์นน้องชายของเขากำลังชุนอวนอยู่ในเรือกับเศเบดีบิดาของเขา พระองค์ได้ทรงเรียกเขา ในทันใดนั้นเขาทั้งสองก็ละเรือและลาบิดาของเขาตามพระองค์ไป”

เพราะเหตุนี้ ผมจึงวิงวอนท่านให้มีความเชื่อซึ่งจะทำให้ท่านสามารถเชื่อฟังทุกสิ่งที่เป็นน้ำพระทัยของพระเจ้าและถือว่าพระคำของพระเจ้าต้องมาก่อนเพื่อพระเจ้าจะทรงกระทำให้ท่านเกิดผลอันดีในทุกสิ่งด้วยฤทธิ์อำนาจของพระองค์

อับราฮัมตอบสนองด้วยการเชื่อฟังเสมอ

พระคำของพระเจ้ากล่าวว่าอับราฮัมได้เดินทางออกจากเมืองฮารานซึ่งเป็นบ้านเมืองของท่านและเดินทางลงไปยังแผ่นดินคานาอัน แต่เพราะเกิดการกันดารอาหารอย่างรุนแรงขึ้นที่นั่น ท่านจึงต้องอพยพเข้าไปอยู่ในแผ่นดินอียิปต์ (ปฐมกาล 12:10) เมื่อท่านเดินทางไปถึงที่นั่นอับราฮัมเรียกภรรยาของท่านว่า “น้องสาว” เพื่อป้องกันไม่ให้ท่านถูกฆ่า ในเรื่องนี้บางคนพูดว่าอับราฮัมหลอกลวงผู้คนรอบข้างท่านด้วยการพูดว่าเธอเป็นน้องสาวของของตนเพราะอับราฮัมกลัวและเป็นคนขี้ขลาด แต่ในความจริงท่านไม่ไ

ด้โกหกคนเหล่านั้น อับราฮัมเพียงแค่ใช้ความคิดของมนุษย์ สิ่งนี้ได้รับการพิสูจน์ด้วยข้อเท็จจริงที่ว่าเมื่อพระเจ้าทรงสั่งให้ท่านเดินทางออกจากบ้านเมืองของตนนั้นอับราฮัมเชื่อฟังโดยไม่มีความกลัว ดังนั้นการพูดว่าท่านโกหกคนรอบข้างว่าภรรยาของท่านเป็นน้องสาวตนเพราะท่านเป็นคนขี้ขลาดจึงไม่เป็นความจริง อับราฮัมพูดเช่นนั้นไม่ใช่เพียงเพราะว่าภรรยาของท่านเป็นญาติคนหนึ่งของท่านอย่างแท้จริงเท่านั้น เพราะท่านคิดเช่นกันว่าการเรียกเธอว่า "น้องสาว" น่าจะดีกว่าการเรียกเธอว่า "ภรรยา"

ในขณะที่ท่านอาศัยอยู่ในอียิปต์อับราฮัมได้รับการขัดเกลาจากพระเจ้าเพื่อท่านจะพึ่งพิงพระเจ้าอย่างสิ้นเชิงด้วยความเชื่อที่สมบูรณ์โดยปราศจากความคิดและสติปัญญาของมนุษย์ ท่านพร้อมที่จะเชื่อฟังอยู่เสมอ แต่ท่านยังมีความคิดฝ่ายเนื้อหนังอยู่ภายในตัวท่านซึ่งท่านยังไม่ได้กำจัดทิ้งไป พระเจ้าทรงอนุญาตให้เกิดการทดลองในครั้งนี้ขึ้นเพื่อท่านจะได้รับการปฏิบัติเป็นอย่างดีจากฟาโรห์ พระเจ้าทรงประทานพระพรมากมายให้กับอับราฮัมซึ่งรวมถึงฝูงแกะ ฝูงวัว ฝูงลา ฝูงอูฐ และคนใช้ชายหญิงอีกมากมาย

สิ่งนี้บอกให้เรารู้ว่าถ้าการทดลองเกิดขึ้นกับเราเพราะเราไม่เชื่อฟัง เราต้องพบกับความยากลำบาก ถ้าการทดลองเกิดขึ้นเพราะความคิดฝ่ายเนื้อหนัง เราต้องกำจัดสิ่งนั้นทิ้งไป แม้เราจะเชื่อฟัง แต่พระเจ้าก็ยังทำให้ทุกสิ่งเกิดผลอันดีสำหรับเรา

การทดลองในครั้งนี้ทำให้อับราฮัมสามารถทูลตอบพระเจ้าว่า "อาเมน" และเชื่อฟังในทุกสิ่ง หลังจากนั้นพระเจ้าทรงบัญชาให้ท่านถวายอิสอัคบุตรคนเดียวกันของท่านเป็นเครื่องเผาบูชา ปฐมกาล 22:1 กล่าวว่า "และต่อมาภายหลังเหตุการณ์เหล่านี้ พระเจ้าทรงลองใจอับราฮัมและตรัสกับท่านว่า 'อับราฮัม' ท่านทูลว่า

'ดูเถิด ข้าพระองค์อยู่ที่นี่ พระเจ้าข้า'"

เมื่ออิสอัคเกิดมานั้นอับราฮัมมีอายุ 100 ปีและซาราห์ภรรยาของท่านมีอายุ 90 ปี สำหรับพ่อแม่การมีบุตรในวัยขนาดนี้ถือเป็นสิ่งที่เป็นไปไม่ได้ แต่โดยพระคุณและพระสัญญาของพระเจ้าเท่านั้นที่ทำให้เขามีบุตรชายและบุตรย่อมเป็นสิ่งที่มีคุณค่าเหนือสิ่งอื่นใดสำหรับเขา นอกจากนั้น บุตรชายคนนี้ยังเป็นเมล็ดแห่งพันธสัญญาของพระเจ้าด้วยเช่นกัน เพราะเหตุนี้อับราฮัมจึงประหลาดใจมากเมื่อพระเจ้าทรงบัญชาให้ท่านถวายบุตรชายคนนี้เป็นเครื่องเผาบูชาเหมือนสัตว์บูชา สิ่งนี้อยู่นอกเหนือจินตนาการทุกอย่างของมนุษย์

แต่เพราะอับราฮัมเชื่อว่าพระเจ้าทรงสามารถทำให้บุตรชายของท่านเป็นขึ้นมาจากความตายอีก ดังนั้นท่านจึงเชื่อฟังพระบัญชาของพระเจ้า (ฮีบรู 11:17-19) ในด้านอื่น เนื่องจากความคิดฝ่ายเนื้อหนังทั้งสิ้นของท่านถูกทำลายลงไปท่านจึงมีความเชื่อซึ่งทำให้ท่านสามารถถวายบุตรคนเดียวของตนเป็นเครื่องเผาบูชา

พระเจ้าทรงเห็นถึงความเชื่อของอับราฮัมและทรงจัดเตรียมแกะผู้ตัวหนึ่งเอาไว้เพื่อเป็นเครื่องเผาบูชาเพื่อว่าอับราฮัมจะไม่ยื่นมือของท่านแตะต้องบุตรชายของตน อับราฮัมมองเห็นแกะผู้ตัวหนึ่งซึ่งเขาของมันติดอยู่ในพุ่มไม้ทึบและท่านได้จับแกะตัวนั้นมาถวายเป็นเครื่องเผาบูชาแทนบุตรชายของตน อับราฮัมเรียกสถานที่แห่งนั้นว่า "พระเจ้าผู้ทรงจัดหาไว้ให้"

พระเจ้าทรงยกย่องอับราฮัมเพราะความเชื่อของท่านในปฐมกาล 22:12 ว่า "เพราะบัดนี้เรารู้แล้วว่าเจ้ายำเกรงพระเจ้า ด้วยเห็นว่าเจ้ามิได้หวงบุตรชายของเจ้าคือบุตรชายคนเดียวของเจ้าจากเรา" และทรงมอบพระสัญญาแห่งพระพรอันยิ่งใหญ่ให้กับท่านในข้อ 17-18 ว่า "เราจะอวยพรเจ้าแน่ เราจะทวีเชื้อสายของเจ้าให้มากขึ้นดังดวงดาวในท้องฟ้าและดังเ

เม็ดทรายบนฝั่งทะเล เชื้อสายของเจ้าจะได้ประตูเมืองศัตรูของเจ้าเป็นกรรมสิทธิ์ ประชาชาติทั้งหลายทั่วโลกจะได้พรเพราะเชื้อสายของเจ้า เพราะว่าเจ้าได้เชื่อฟังเสียงของเรา"

ถึงแม้ความเชื่อของท่านยังไม่บรรลุถึงระดับความเชื่อของอับราฮัม แต่บางครั้งท่านก็อาจมีประสบการณ์กับพระพรของ "พระเจ้าผู้ทรงจัดหาไว้ให้" เช่นกัน เมื่อท่านกำลังจะทำบางสิ่งบางอย่างท่านพบว่าพระเจ้าได้ทรงจัดเตรียมสิ่งนั้นไว้ให้แล้ว สิ่งนั้นเป็นเป็นไปได้เพราะจิตใจของท่านเป็นเหมือนพระทัยของพระเจ้าในช่วงเวลานั้น ถ้าท่านสามารถมีความเชื่อแบบเดียวกันกับความเชื่อของอับราฮัมและเชื่อฟังพระเจ้าอย่างสมบูรณ์ ท่านจะมีชีวิตอยู่ในพระพรของ "พระเจ้าผู้ทรงจัดหาไว้ให้" ในทุกหนแห่งและทุกเวลาเช่นกัน นี่เป็นชีวิตในพระคริสต์ที่น่าอัศจรรย์มากทีเดียว

เพื่อท่านจะได้รับพระพรของพระเยโฮวาห์ยิเรห์ซึ่งเป็นพระพรของ "พระเจ้าผู้ทรงจัดหาไว้ให้" ท่านต้องตอบว่า "อาเมน" ต่อพระบัญชาทุกอย่างของพระเจ้าและเดินตามน้ำพระทัยของพระเจ้าเท่านั้นโดยไม่ยืนกรานตามความคิดของตนเอง ท่านต้องได้รับการยอมรับเช่นนั้นจากพระเจ้า เพราะเหตุนี้พระเจ้าจึงตรัสกับเราอย่างชัดเจนว่าการเชื่อฟังก็ประเสริฐกว่าเครื่องบูชา (1 ซามูเอล 15:23)

พระเยซูทรงดำรงอยู่ในสภาพของพระเจ้า แต่พระองค์ไม่ได้ทรงถือว่าการเท่าเทียมกับพระเจ้าเป็นสิ่งที่ต้องยึดถือ แต่กลับทรงสละและทรงรับสภาพทาส ทรงถือกำเนิดเป็นมนุษย์และเมื่อทรงปรากฏพระองค์ในสภาพมนุษย์แล้วพระองค์ก็ทรงถ่อมพระองค์ลงยอมเชื่อฟังจนถึงความมรณา (ฟีลิปปี 2:6-8) ในส่วนที่เกี่ยวข้องกับการเชื่อฟังอย่างสมบูรณ์ของพระองค์นี้ 2 โครินธ์ 1:19-20 กล่าวว่า "เพราะว่าพระบุตรของพระเจ้าคื

อพระเยซูคริสต์ ผู้ซึ่งพวกเรา คือข้าพเจ้ากับสิลวานัสและทิโมธี ได้ประกาศแก่พวกท่านนั้น ไม่ใช่ จริง ไม่จริง ส่งๆไป แต่โดยพระองค์นั้นล้วนแต่จริงทั้งสิ้น บรรดาพระสัญญาของพระเจ้าก็เป็นจริงโดยพระเยซู เพราะเหตุนี้เราจึงพูดว่าเอเมนโดยพระองค์ เป็นที่ถวายเกียรติยศแด่พระเจ้า"

เราต้องพูดว่า "อาเมน" ต่อพระคำของพระเจ้าทุกข้อและถวายเกียรติแด่พระองค์ด้วยการรับเอาพระพรของ "พระเจ้าผู้ทรงจัดหาไว้ให้" เหมือนดังที่พระเยซูคริสต์พระบุตรองค์เดียวของพระเจ้าทรงตอบสนองต่อพระบิดาด้วยการเชื่อฟัง

อับราฮัมแสวงหาความสงบสุขและความบริสุทธิ์ในทุกสิ่ง

เนื่องจากท่านให้ความสำคัญกับพระคำของพระเจ้าเหนือสิ่งอื่นใดและรักพระเจ้ามากกว่าทุกสิ่ง อับราฮัมจึงกล่าวเพียงคำว่า "อาเมน" ต่อพระคำของพระเจ้าและเชื่อฟังพระคำนั้นอย่างสมบูรณ์เพื่อท่านจะเป็นที่พอพระทัยพระเจ้า

นอกจากนั้น ท่านได้รับการชำระให้บริสุทธิ์อย่างสมบูรณ์และมุ่งที่จะอยู่อย่างสงบกับผู้คนรอบข้างท่านเสมอเพื่อท่านจะได้รับการยอมรับจากพระเจ้า

ในปฐมกาล 13:8-9 อับราฮัมกล่าวกับโลทหลานชายของท่านว่า "กรุณาอย่าให้มีการวิวาทกันเลยระหว่างเรากับเจ้า และระหว่างคนเลี้ยงสัตว์ของเรากับคนเลี้ยงสัตว์ของเจ้า เพราะเราทั้งสองเป็นญาติกัน แผ่นดินทั้งหมดอยู่ตรงหน้าเจ้ามิใช่หรือ โปรดจงแยกไปจากเราเถิด ถ้าเจ้าไปทางซ้ายมือเราจะไปทางขวามือ หรือถ้าเจ้าไปทางขวามือเราจะไปทางซ้ายมือ"

อับราฮัมอาวุโสมากกว่าโลท แต่ท่านยอมให้โลทเลือกแผ่นดินก่อนเพื่อสร้างความสงบสุขและยอมสละตนเอง สาเหตุก็เพราะว่าท่านไม่ได้แสวงหาผลประโยชน์ของตนเองแต่ท่านอยู่เพื่อผลประโยช

น์ของคนอื่นด้วยความรักฝ่ายวิญญาณ ในทำนองเดียวกัน ถ้าท่านอยู่ในความจริงท่านต้องไม่ทะเลาะวิวาทหรืออวดตัวเพื่อท่านจะอยู่อย่างสงบกับทุกคน

ในปฐมกาล 14:12, 16 เราพบว่าเมื่ออับราฮัมได้ยินว่าโลทหลานชายของท่านถูกจับไปเป็นเชลยท่านจึงนำคนชำนาญศึกที่เกิดในบ้านท่านจำนวนสามร้อยสิบแปดคนและตามไปทันทีและท่านนำบรรดาทรัพย์สิ่งของกลับคืนมาหมด ทั้งนำโลทหลานชายของท่าน ทรัพย์สิ่งของของเขา ผู้หญิง และประชาชนกลับมาด้วย เพราะท่านเป็นคนเที่ยงธรรมและดำเนินตามแนวทางที่ถูกต้อง ท่านจึงถวายสิบลดจากทรัพย์สินทั้งสิ้นที่ท่านได้รับมาให้กับเมลคีเซเดคปุโรหิตแห่งเมืองซาเล็มและมอบส่วนที่เหลือทั้งหมดคืนให้กับกษัตริย์แห่งโสโดมพร้อมกับกล่าวว่า "ข้าพเจ้าจะไม่รับเอาเส้นด้ายหรือสายรัดรองเท้าและข้าพเจ้าจะไม่รับเอาสิ่งใดๆที่เป็นของท่าน เกรงว่าท่านจะกล่าวว่า 'เราได้กระทำให้อับรามมั่งมี'" (ข้อ 23) ดังนั้นอับราฮัมจึงไม่เพียงแต่แสวงหาความสงบสุขในทุกเรื่องเท่านั้น แต่ท่านยังดำเนินอยู่แนวทางที่ไร้ตำหนิและเที่ยงธรรมด้วยเช่นกัน

ฮีบรู 12:14 กล่าวว่า "จงอุตส่าห์ที่จะสงบสุขอยู่กับคนทั้งปวง และที่จะได้ใจบริสุทธิ์ ด้วยว่านอกจากนั้นไม่มีใครจะได้เห็นองค์พระผู้เป็นเจ้า" ผมขอวิงวอนท่านให้ตระหนักว่าอับราฮัมได้รับพระพรของพระเยโฮวาห์ยิเรห์ ("พระเจ้าผู้ทรงจัดหาไว้ให้") เพราะท่านมุ่งที่จะอยู่อย่างสงบกับทุกคนและมีจิตใจบริสุทธิ์ ผมขอวิงวอนให้ท่านเป็นบุคคลแบบเดียวกันกับอับราฮัมด้วยเช่นกัน

จงเชื่อในฤทธิ์อำนาจของพระเจ้าพระผู้สร้าง

เพื่อให้ได้รับพระพรของ "พระเจ้าผู้ทรงจัดหาไว้ให้" เราต้องเชื่อในฤทธิ์อำนาจของพระเจ้า ฮีบรู 11:17-19 สอนเราว่า "โดยความเชื่อ เมื่ออับราฮัมถูกลองใจก็ได้ถวายอิสอัคเป็นเครื่อ

งบูชา นี่แหละท่านผู้ได้รับพระสัญญาเหล่านั้นก็ได้ถวายบุตรชายคนเดียวของตนที่ได้ให้กำเนิดมา คือบุตรที่มีพระดำรัสไว้ว่า 'เขาจะเรียกเชื้อสายของเจ้าทางสายอิสอัค' ท่านเชื่อว่าพระเจ้าทรงฤทธิ์สามารถให้อิสอัคเป็นขึ้นมาจากความตายได้และท่านได้รับบุตรนั้นกลับคืนมาอีกประหนึ่งว่าบุตรนั้นเป็นขึ้นมาจากตาย" อับราฮัมเชื่อว่าฤทธิ์อำนาจของพระเจ้าพระผู้สร้างจะสามารถทำให้ทุกสิ่งทุกอย่างเป็นไปได้ ดังนั้นท่านจึงเชื่อฟังพระเจ้าโดยไม่ได้ทำตามความคิดฝ่ายเนื้อหนังและความคิดของมนุษย์

ท่านจะทำยังไงถ้าพระเจ้าทรงสั่งให้ท่านถวายบุตรชายคนเดียวของตนเป็นเครื่องเผาบูชา ถ้าท่านเชื่อในฤทธิ์อำนาจของพระเจ้าซึ่งไม่มีสิ่งใดเป็นไปไม่ได้สำหรับพระองค์ไม่ว่าความเชื่อนั้นจะขัดแย้งกับความคิดของท่านมากเพียงใดก็ตาม ท่านก็จะสามารถเชื่อฟังฤทธิ์อำนาจของพระเจ้า จากนั้นท่านจะได้รับพระพรของ "พระเจ้าผู้ทรงจัดหาไว้ให้"

เนื่องจากฤทธิ์อำนาจของพระเจ้าไม่จำกัด พระองค์จึงทรงจัดเตรียมไว้ล่วงหน้า ทรงทำให้การจัดเตรียมของพระองค์สำเร็จ และทรงตอบแทนเราด้วยพระพรถ้าเราเชื่อฟังอย่างสมบูรณ์โดยปราศจากความคิดฝ่ายเนื้อหนังทุกชนิดเหมือนดังอับราฮัม ถ้าเรามีสิ่งใดที่เรารักมากกว่าพระเจ้าหรือพูดคำว่า "อาเมน" เฉพาะกับสิ่งที่ตรงกับความคิดและหลักทฤษฎีของเรา เราก็จะไม่มีวันได้รับพระพรของ "พระเจ้าผู้ทรงจัดหาไว้ให้"

เหมือนที่ 2 โครินธ์ 10:5 กล่าวว่า "คือทำลายความคิด และทิฐิมานะทุกประการที่ตั้งตัวขึ้นขัดขวางความรู้ของพระเจ้า และน้อมนำความคิดทุกประการให้เข้าอยู่ใต้บังคับจนถึงเชื่อฟังพระคริสต์" เพื่อให้ได้รับและมีประสบการณ์กับพระพรของ "พระเจ้าผู้ทรงจัดหาไว้ให้" เราต้องละทิ้งความคิดของมนุษย์ทุกชนิดและมีความเชื่อฝ่ายวิญญาณซึ่งจะทำให้

เราสามารถพูดคำว่า "อาเมน" ถ้าโมเสสไม่ได้มีความเชื่อฝ่ายวิญญาณ ท่านจะแยกทะเลแดงออกเป็นสองส่วนได้อย่างไร ถ้าปราศจากความเชื่อฝ่ายวิญญาณ โยชูวาจะทำลายเมืองเยรีโคได้อย่างไร

ถ้าท่านเชื่อฟังเฉพาะในสิ่งที่ตรงกับความคิดและความรู้ของท่าน เราไม่สามารถเรียกสิ่งนี้ว่าการเชื่อฟังฝ่ายวิญญาณ พระเจ้าทรงสร้างสิ่งสารพัดจากความว่างเปล่า ดังนั้นฤทธิ์อำนาจของพระเจ้าจะเป็นเหมือนกำลังและความรู้ของมนุษย์ซึ่งสร้างบางสิ่งบางอย่างจากสิ่งที่มีอยู่แล้วได้อย่างไร

มัทธิว 5:39-44 กล่าวว่า "ฝ่ายเราบอกท่านว่า อย่าต่อสู้คนชั่ว ถ้าผู้ใดตบแก้มขวาของท่าน ก็จงหันแก้มอีกข้างหนึ่งให้เขาด้วย ถ้าผู้ใดอยากจะฟ้องศาลเพื่อจะริบเอาเสื้อของท่าน ก็จงให้เสื้อคลุมแก่เขาด้วย ถ้าผู้ใดจะเกณฑ์ท่านให้เดินทางไปหนึ่งกิโลเมตร ก็ให้เลยไปกับเขาถึงสองกิโลเมตร ถ้าเขาจะขอสิ่งใดจากท่านก็จงให้ อย่าเมินหน้าจากผู้ที่อยากขอยืมจากท่าน ท่านทั้งหลายเคยได้ยินคำซึ่งกล่าวไว้ว่า `จงรักเพื่อนบ้านและเกลียดชังศัตรู' ฝ่ายเราบอกท่านว่า จงรักศัตรูของท่าน จงอวยพรแก่ผู้ที่สาปแช่งท่าน จงทำดีแก่ผู้ที่เกลียดชังท่าน และจงอธิษฐานเพื่อผู้ที่ปฏิบัติต่อท่านอย่างเหยียดหยามและข่มเหงท่าน"

เห็นไหมว่าพระคำแห่งความจริงของพระเจ้าแตกต่างจากความคิดและความรู้ของเรามากเพียงใด เพราะเหตุนี้ผมจึงขอร้องให้ท่านจดจำไว้ว่าถ้าท่านพยายามพูดว่า "อาเมน" เฉพาะในสิ่งที่ตรงกับความคิดของท่าน ท่านก็ไม่อาจทำให้แผ่นดินของพระเจ้าสำเร็จและไม่ได้รับพระพรของพระเยโฮวาห์ยิเรห์ ("พระเจ้าผู้ทรงจัดหาไว้ให้")

แม้ท่านพูดว่าท่านมีความเชื่อในพระเจ้าผู้ยิ่งใหญ่ แต่ท่านเป็

นทุกข์และมีความวิตกกังวลเมื่อท่านเผชิญกับปัญหาหรือไม่ ถ้าเป็นเช่นนั้นก็แสดงว่าท่านไม่ได้มีความเชื่อที่แท้จริง ถ้าท่านมีความเชื่อที่แท้จริงท่านต้องไว้วางใจในฤทธิ์อำนาจของพระเจ้าและมอบปัญหาทุกอย่างไว้ในพระหัตถ์ของพระเจ้าด้วยความยินดีและการขอบพระคุณ

ขอให้ท่านแต่ละคนให้ความสำคัญกับพระเจ้าก่อนเป็นอันดับแรก เชื่อฟังพระองค์มากพอที่จะพูดคำว่า "อาเมน" กับพระคำของพระเจ้าทุกข้อ มุ่งที่จะอยู่อย่างสงบกับคนทั้งปวงด้วยความบริสุทธิ์ และเชื่อในฤทธิ์อำนาจของพระเจ้าผู้ทรงสามารถทำให้คนตายเป็นขึ้นมาใหม่เพื่อท่านจะได้รับและชื่นชมกับพระพรของ "พระเจ้าผู้ทรงจัดหาไว้ให้" ผมอธิษฐานในพระนามของพระเยซูคริสต์องค์พระผู้เป็นเจ้า

เกี่ยวกับผู้เขียน ดร. แจร็อก ลี

ดร. แจร็อก ลีเกิดที่เมืองมวน จังหวัดโจนนัม สาธารณะรัฐเกาหลี ในปี 1943 เมื่อท่านมีอายุ 20 ปี ดร. ลี ทนทุกข์ทรมานกับโรคภัยไข้เจ็บที่รักษาไม่ได้หลายชนิดเป็นเวลาถึงเจ็ดปีและนอนรอความตายโดยไม่มีความหวังของการหายโรค แต่อยู่มาวันหนึ่งในชวงฤดูใบไม้ผลิของปี 1974 พี่สาวของท่านพาท่านมาที่คริสตจักรและเมื่อท่านคุกเข่าลงอธิษฐานพระเจ้าผู้ทรงพระชนม์อยู่ทรงรักษาท่านให้หายจากโรคภัยไข้เจ็บทั้งสิ้นของท่านในทันที

นับตั้งแต่ดร.ลีพบกับพระเจ้าผู้ทรงพระชนม์อยู่ผ่านทางประสบการณ์ที่อัศจรรย์นั้นเป็นต้นมาท่านรักพระเจ้าอย่างจริงใจและด้วยสุดหัวใจของท่าน ในปี 1978 ท่านได้รับการทรงเรียกให้เป็นผู้รับใช้พระเจ้า ท่านอธิษฐานอย่างร้อนรนเพื่อจะเข้าใจน้ำพระทัยของพระเจ้าอย่างชัดเจนและทำให้น้ำพระทัยนั้นสำเร็จอย่างสมบูรณ์พร้อมทั้งเชื่อฟังพระวจนะทั้งสิ้นของพระเจ้า ในปี 1982 ท่านได้ก่อตั้งคริสตจักรมันมินขึ้นในกรุงโซล ประเทศเกาหลีใต้ พระราชกิจอันมากมายของพระเจ้าซึ่งรวมถึงการรักษาโรคอย่างอัศจรรย์และหมายสำคัญต่าง ๆ เกิดขึ้นในคริสตจักรของท่านอย่างต่อเนื่อง

ในปี 1986 ดร.ลีได้รับการสถาปนาให้เป็นศิษยาภิบาล ณ ที่ประชุมสมัชชาประจำปีของคริสตจักรของพระเยซู "ซุงกุล" แห่งประเทศเกาหลีใต้และในปี 1990 (4 ปีต่อมา) คำเทศนาของท่านถูกนำไปเผยแพร่ในประเทศออสเตรเลีย สหรัฐอเมริกา รัสเซีย ฟิลิปปินส์ และอีกหลายประเทศผ่านพันธกิจของผู้ประกาศข่าวประเสริฐ (เอฟ.อี.บี.ซี.) สถานีวิทยุกระจายเสียงแห่งเอเชีย (เอ.บี.เอส.) และสถานีวิทยุคริสเตียนแห่งกรุงวอชิงตัน (ดับเบิ้ลยู.ซี.อาร์.เอส.)

สามปีต่อมา (ในปี 1993) คริสตจักรมันมินเซ็นทรัลเชิร์ชได้รับเลือกให้เป็นหนึ่งใน "50 คริสตจักรชั้นนำระดับโลก" โดยนิตยสาร "โลกคริสตชน" ของสหรัฐอเมริกาและท่านได้รับมอบปริญญาดุษฎีบัณฑิตกิตติมศักดิ์สาขาพันธกิจศาสตร์จากสถาบันพระคริสตธรรมที่มีชื่อเสียงสองแห่งในสหรัฐอเมริกา นั่นคือ วิทยาลัยคริสเตียนเฟธแห่งรัฐฟลอริด้าและสถาบันพระคริสตธรรมคิงส์เวย์ แห่งรัฐไอโอวา

นับตั้งแต่ปี 1993 เป็นต้นมา ดร.ลีเป็นผู้นำในการทำพันธกิจทั่วโลกโดยผ่านการรณรงค์เพื่อการประกาศที่จัดขึ้นในประเทศต่าง ๆ เช่น ประเทศแทนซาเนีย อาร์เจนตินา อูกานดา ญี่ปุ่น ปากีสถาน เคนย่า ฟิลิปปินส์ ฮอนดูรัส อินเดีย

รัสเซีย เยอรมันนี เปรู สาธารณะรัฐประชาธิปไตยคองโก และนครนิวยอร์ก สหรัฐอเมริกา ในปี 2002 หนังสือพิมพ์คริสเตียนฉบับหนึ่งในประเทศเกาหลีใต้ขนานนามท่านว่าเป็น “ศิษยาภิบาลของคนทั่วโลก” จากการทำพันธกิจด้านการประกาศพระกิตติคุณในต่างประเทศของท่าน

ในเดือนมีนาคม 2010 คริสตจักรมันมินจูน-อังมีสมาชิกมากกว่า 1 แสนคนและมีคริสตจักรสาขาทั้งในและต่างประเทศอีก 9,000 แห่งทั่วโลก ปัจจุบันคริสตจักรนี้ส่งมิชชันนารีมากกว่า 132 คนไปยัง 23 ประเทศทั่วโลกซึ่งรวมถึงสหรัฐอเมริกา รัสเซีย เยอรมันนี แคนนาดา ญี่ปุ่น จีน ฝรั่งเศส อินเดีย เคนย่า และอีกหลายประเทศ

ในปัจจุบัน ดร.ลีเขียนหนังสือ 60 เล่มซึ่งรวมถึงหนังสือที่มียอดขายสูงสุดเรื่อง “ลิ้มรสชีวิตนิรันดร์ก่อนความตาย” “ชีวิตและศรัทธาของข้าพเจ้า” “สาส์นจากกางเขน” “ขนาดแห่งความเชื่อ” “สวรรค์ภาค 1 และ 2” “นรก” และ “ฤทธานุภาพของพระเจ้า” และอีกหลายเล่ม งานเขียนของท่านถูกแปลเป็นภาษาต่าง ๆ มากกว่า 44 ภาษา

บทความของท่านยังปรากฏอยู่ในหนังสือพิมพ์และนิตยสารฉบับต่าง ๆ เช่น “เดอะ ฮานกุก อิลโบ” “เดอะ จูง-อัง อิลโบ” “เดอะ มุนวา อิลโบ” “เดอะ โซล ชินมุล” “เดอะ ฮานเกียไร ชินมุน” “เดอะ ฮานกุก เกียงเจ ชินมุน” “เดอะ โกเรีย เฮราลด์” “เดอะ ชิซา นิวส์” “หนังสือพิมพ์คริสเตียน” และ “หนังสือเพื่อการประกาศประชาชาติ”

ปัจจุบัน ดร.ลีเป็นผู้ก่อตั้ง ผู้นำ ผู้อำนวยการ และประธานของสมาคมและองค์กรมิชชันนารีจำนวนมากซึ่งรวมถึงการดำรงตำแหน่งประธานของสหคริสตจักรแห่งความบริสุทธิ์เกาหลี (UHCK); ผู้อำนวยการ The Nation Evangelization Paper; ผู้อำนวยการองค์การพันธกิจมิชชันมันมิน (MWM); ผู้ก่อตั้งสถานีโทรทัศน์มันมิน (Manmin TV); ผู้ก่อตั้งและประธานเครือข่ายสื่อมวลชนคริสเตียนทั่วโลก (GCN); ผู้ก่อตั้งและประธานเครือข่ายหมอคริสเตียนทั่วโลก (WCDN); และผู้ก่อตั้งและประธานสถาบัน ศาสนศาสตร์นานาชาติมันมิน (MIS)

หนังสือเล่มอื่น ๆ ที่เขียนขึ้นโดยผู้เขียนคนเดียวกันได้แก่...

สวรรค์ (ภาค 1)
สวรรค์ (ภาค 2)

คำบรรยายโดยละเอียดเกี่ยวกับสภาพแวดล้อมที่มีชีวิตชีวาซึ่งพลเมืองแห่งสวรรค์จะได้ชื่นชมและการบรรยายลักษณะอันงดงามของสวรรค์ชั้นต่าง ๆ
คำเชิญชวนให้เข้าสู่นครเยรูซาเล็มใหม่อันบริสุทธิ์ซึ่งประตูทั้งสิบสองบานของนครนี้ทำด้วยไข่มุกอันแวววาวระยิบระยับ นครนี้ตั้งอยู่ท่ามกลางสวรรค์อันรุ่งเรืองสุกใสเหมือนดังเพชรนิลจินดาที่มีค่า

ตื่นเถิดอิสราเอล

เพราะเหตุใดพระเจ้าจึงทรงเฝ้าดูอิสราเอลตั้งแต่จุดเริ่มต้นของโลกมาจนถึงปัจจุบัน อะไรคือการจัดเตรียมของพระเจ้าสำหรับอิสราเอล (ผู้ที่รอคอยพระเมสสิยาห์) ในช่วงวาระสุดท้าย

สาส์นจากกางเขน

ทำไมพระเยซูจึงเป็นพระผู้ช่วยให้รอดเพียงผู้เดียว เป็นข่าวสารแห่งการฟื้นฟูที่มีอานุภาพสำหรับทุกคนที่หลับใหลฝ่ายวิญญาณ ในหนังสือเล่มนี้ท่านพบถึงเหตุผลของการที่พระเยซูทรงเป็นพระผู้ช่วยให้รอดแต่พระองค์เดียวและความรักที่แท้จริงของพระเจ้า

ลิ้มรสชีวิตนิรันดร์ก่อนเสียชีวิต

เป็นบันทึกเรื่องจริงเกี่ยวกับคำพยานของศจ.ดร.แจร็อก ลีผู้ที่บังเกิดใหม่และได้รับการช่วยให้รอดจากหุบเหวแห่งความตายและดำเนินชีวิตคริสเตียนที่เป็นแบบอย่าง

ขนาดแห่งความเชื่อ

สถานที่แบบใด มงกุฎ และรางวัลชนิดใดที่ถูกจัดเตรียมไว้ในสวรรค์ หนังสือเล่มนี้จะให้ความรู้และคำแนะนำแก่ท่านในการวัดขนาดความเชื่อและการเพาะบ่มความเชื่อของท่านให้เจริญเติบโตมากที่สุด

www.urimbook.com

www.ingramcontent.com/pod-product-compliance
Lightning Source LLC
LaVergne TN
LVHW051953060526
838201LV00059B/3631
* 9 7 9 1 1 2 6 3 1 3 5 6 3 *